டாக்டர் அம்பேத்கரின் ஆளுமையின் பரிமாணங்கள்

எம்.தங்கராஜ்

நியூ செஞ்சுரி புக் ஹவுஸ் (பி) லிட்.,
41-பி, சிட்கோ இண்டஸ்டிரியல் எஸ்டேட்,
அம்பத்தூர், சென்னை- 600 050.
☎: 044 - 26251968, 26258410, 48601884

Language: Tamil

Dr. Ambedkarin Aalumaiyin Parimanangal

Author : **M. Thangaraj**

First Edition: July, 2015

Second Edition: October, 2018

Third Edition: October, 2023

Copyright: Publisher

No. of pages: vi + 120 = 126

Publisher:

New Century Book House Pvt. Ltd.,

41-B, SIDCO Industrial Estate,

Ambattur, Chennai - 600 050.

Tamilnadu State, India.

email: info@ncbh.in

Online: www.ncbhpublisher.in

ISBN: 978 - 81 - 2342 - 978 - 6

Code No. A 3281

₹ 160/-

Branches

Ambattur 044 - 26359906 **Spenzer Plaza (Chennai)** 044-28490027 **Trichy** 0431-2700885 **Pudukkottai** 04322- 227773 **Thanjavur** 04362-231371 **Tirunelveli** 0462-4210990, 2323990 **Madurai** 0452 2344106, 4374106 **Dindigul** 0451-2432172 **Coimbatore** 0422-2380554 **Erode** 0424-2256667 **Salem** 0427-2450817 **Hosur** 04344-245726 **Krishnagiri** 04343-234387 **Ooty** 0423 2441743 **Vellore** 0416-2234495 **Villupuram** 04146-227800 **Pondicherry** 0413-2280101 **Nagercoil** 04652-234990

டாக்டர் அம்பேத்கரின்

ஆளுமையின் பரிமாணங்கள்

ஆசிரியர்: **எம்.தங்கராஜ்**

முதல் பதிப்பு: ஜுலை, 2015

இரண்டாம் பதிப்பு: அக்டோபர், 2018

மூன்றாம் பதிப்பு: அக்டோபர், 2023

அச்சிட்டோர்: **பாவை பிரிண்டர்ஸ் (பி) லிட்.,**

16 (142), ஜானி ஜான் கான் சாலை, இராயப்பேட்டை, சென்னை - 14

☎: 044-28482441

All rights reserved. No part of this book may be reprinted or reproduced or utilised in any form or by any electronic, mechanical, or other means, now known or hereafter invented, including photocopying and recording, or in any information storage or retrieval system, without permission in writing from the publishers.

அறிமுகவுரை

சென்னைப் பல்கலைக்கழகத்தில் கடந்த பத்து ஆண்டுகளாக பணியாற்றக் கூடிய அரிய வாய்ப்பளித்த பல்கலைக்கழகத்திற்கு என்னுடைய நன்றியை தெரிவித்துக் கொள்கிறேன். இந்த பத்தாண்டுகளில் முதல் நான்கு ஆண்டுகள் டாக்டர் அம்பேத்கர் பொருளியல் ஆய்வு மையத்திற்கு பேராசிரியர் மற்றும் துறைத் தலைவராகவும் - பின்னர் அத்துறையை கூடுதல் பணியாக நிர்வகிக்கும் பொறுப்பு மேலும் நான்கு ஆண்டுகள் எனக்களிக்கப் பட்டது. பல்வேறு பொது நிகழ்ச்சிகளில் கலந்து கொண்டு பேசுவதற்கும் பல்கலைக்கழகத்தில் பொது நிகழ்ச்சிகளை நடத்து வதற்கும் கடந்த 10 ஆண்டுகளாக குறிப்புகள் பல்வேறு நூல்களில் எடுக்கப்பட்டது.

இந்த குறிப்புகளின் தொகுப்பே இன்று “டாக்டர் அம்பேத்கர் வாழ்க்கை வரலாறு” என்ற நூலாக வடிவெடுத்துள்ளது. இந்நூலின் இறுதியில் கொடுக்கப்பட்டுள்ள துணை நின்ற நூல்களிலிருந்து தகவல்கள் சேகரிக்கப்பட்டது. இந்நூல்களிலிருந்து குறிப்பெடுக்கப் பட்ட தகவல்களை தொகுப்பதற்கு உதவி புரிந்த கோ.வளையாபதிக்கும், இந்நூலைப் புத்தகமாக வெளியிட்ட நியூ செஞ்சுரி புத்தக நிறுவனத்தாருக்கும், அதன் பொது மேலாளர் T. ரத்தின சபாபதி அவர்களுக்கும் என் நன்றியை தெரிவித்துக்கொள்கிறேன்.

டாக்டர் எம். தங்கராஜ்
சென்னை

பொருளடக்கம்

1. அம்பேத்கரின் பிறப்பும் இளமைப் பருவமும் — 1
2. அம்பேத்கரின் மேற்படிப்பு — 14
3. இந்தியாவில் அம்பேத்கர் — 23
4. ஒடுக்கப்பட்டோருக்கான உரிமைப் போர் — 33
5. வட்டமேஜை மாநாடுகள் — 40
6. மதமாற்றம் — 55
7. டாக்டர் அம்பேத்கரின் சமூகப் பொருளாதாரப் பணிகள் — 63
8. டாக்டர் அம்பேத்கரும் இந்திய அரசியலமைப்புச் சட்டமும் — 70
9. டாக்டர் அம்பேத்கர் தொழிலாளர்களின் தலைவர் - தொழிலாளர் நல அமைச்சர் — 87
10. இந்து சட்ட மசோதா மற்றும் சட்ட அமைச்சர் பதவியை ராஜினாமா செய்தல் — 94
11. டாக்டர் அம்பேத்கர் எழுதிய முக்கிய புத்தகங்கள் — 99
12. டாக்டர் அம்பேத்கர் பங்காற்றிய பத்திரிகைகள் — 102
13. டாக்டர் அம்பேத்கரின் மறைவு — 108
    இணைப்புகள் — 111
I. டாக்டர் அம்பேத்கரைப் பற்றிய புகழுரைகள் — 112
II. இந்திய தலித் மக்கள் தொகையைவிட குறைவான மக்கள் தொகை கொண்ட உலக நாடுகள் — 114
    துணைநின்ற நூல்கள் — 116

1. அம்பேத்கரின் பிறப்பும் இளமைப் பருவமும்

அண்ணல் பீம்ராவ் அம்பேத்கரின் முன்னோர்கள் மஹாராஷ்டிரா மாநிலத்தில் உள்ள கொங்கண் என்ற பிராந்தியத்தை சேர்ந்தவர்கள். அப்பகுதியில் வாழ்ந்தோர்கள்; கல்வியறிவும் வீரமும் உடையவர்கள். திலகர் கார்வே, பரான்ஜிபே முதலானோர் அப்பகுதியைச் சேர்ந்தவர்களே.

அம்பேத்கரின் பாட்டனார் மாலோஜி சக்பால், மஹார் என்ற தாழ்த்தப்பட்ட சாதியைச் சேர்ந்தவர். தாழ்த்தப்பட்ட இனத்தவருள் மஹார் பிரிவினர் பலசாலிகளாகவும், இணக்கமுள்ளவர்களாகவும், புத்திசாலிகளாகவும், போர் வீரர்களாகவும், தைரியமுடையவர் களாகவும் இருந்தனர். மகாராஷ்டிரா மாநிலத்தின் பூர்வீக மக்கள் என்று இவர்கள் கருதப்படுகின்றனர்.

இந்தியாவுக்கு ஐரோப்பியர்கள் வந்தபோது மஹார் இனத்தைச் சேர்ந்தவர்களும் அவர்களுக்கு அறிமுகம் ஆனார்கள். கிழக்கு இந்திய கம்பெனியால் உருவாக்கப்பட்ட ராணுவத்தில் இவர்கள் சேர்த்துக் கொள்ளப்பட்டார்கள்.

அண்ணல் அம்பேத்கர் 14.4.1891-ஆம் ஆண்டு ஏப்ரல் மாதம் 14-ஆம் நாள் ராம்ஜி சக்பால் மற்றும் பீமாபாய் அவர்களுக்கு மத்திய பிரதேசத்தில் உள்ள மஹவ் MHQW - Molotary Head Quarters of War) என்ற இடத்தில் பிறந்தார். அண்ணல் அம்பேத்கர் பிறந்த போது அவருடைய தந்தையார் மஹவ் என்ற இடத்தில் ராணுவ அதிகாரியாகப் (சுபேதார்) பணியாற்றினார். அம்பேத்கரின் மூதாதையர் மராட்டிய மாநிலம் ரத்னகிரி மாவட்டம் மாஹூ நகருக்கு அருகில் உள்ள அம்பாவடே என்ற கிராமத்தைச் சேர்ந்தவர்கள். அம்பேத்கரின் குடும்பப் பெயர் அம்பாவாடேகர். இப்பெயர் அவரது சொந்த ஊரைக் குறிப்பதாகும்.

டாக்டர் அம்பேத்கரின் தந்தை மற்றும் தாயார் - இருவரின் தந்தையர்களும் ராணுவத்தில் பணியாற்றியவர்கள். மேலும் இந்த

இரண்டு குடும்பங்களும் கபீர்தாஸ் பக்தி மார்க்கத்தைப் பின்பற்றியவர்கள். கடவுள் நம்பிக்கையுடைய கபீர் சாதியத்தை எதிர்த்தவர் மற்றும் மனித உரிமைகளுக்காகப் போராடியவர் என்பது குறிப்பிடத்தக்கதாகும். இயற்கையாகவே இந்த இரண்டு குடும்பங்களும் மனித உரிமையில் ஆர்வம் உடையவர்கள்.

அம்பேத்கர் குடும்பம் மஹார் என்னும் சாதியைச் சேர்ந்தவர்கள். இந்து சமூக அமைப்பில் மஹர் என்பது கடை நிலை சாதியாகும். கல்வி கற்பது, விலங்குகளை வளர்ப்பது விரும்பிய இடத்தில் -வாழ்வது போன்றவற்றில் இந்த சாதியைச் சேர்ந்தவர்களுக்கு தடை செய்யப்பட்டிருந்தது. இவர்கள் ஒதுக்கப்பட்டவர்களாகவும் தீண்டத்தகாதவர்களாகவும் கருதப்பட்டனர். குடிமை உரிமைகள் இவர்களுக்குக் கிடையாது.

பீமாபாய் - ராம்ஜி சக்பால் தம்பதியினருக்கு பதினான்கு குழந்தைகள் பிறந்தன. இதில் மூன்று மகன்களும் இரண்டு மகள்களுமே எஞ்சினர். மூத்த மகன் பலராம், அதற்கு அடுத்த இளையவர் ஆனந்தராவ், அதன் பின் மஞ்சுளா மற்றும் துளசி என்ற இரு பெண் குழந்தைகள். பதினான்காவது குழந்தையாக நமது கதாநாயகர் பிறந்தார். அவருக்கு பீம் எனப் பெயரிடப்பட்டது.

பீம் இரண்டு வயதுக் குழந்தையாக இருக்கும்போது பீமின் தந்தை ராம்ஜி சக்பால் இராணுவ வேலையிலிருந்து ஓய்வு பெற்றார். இதனால் "மஹவ்" என்ற இடத்திலிருந்து மஹாராஷ்ட்ரா மாநிலத்தில் உள்ள கொங்கண் பிராந்தியத்தில் உள்ள 'டபோலி' என்ற ஊரில் குடியேறினார்.

பீமுக்கு நாவிதர் முடிதிருத்தமாட்டார்கள். பீமின் அத்தை தான் அவருக்கு முடிதிருத்தினார். தீண்டப்படாதோர்களுக்கு நாவிதர் முடிதிருத்தம் செய்தால் அவருடைய கத்தி தீட்டாகி விடுமாம்.

அம்பேத்கரின் ஆரம்பக் கல்வியும், விளையாட்டு ஆர்வமும்

1896-ஆம் வருடம் டபோலி என்கிற இடத்திலுள்ள ஆரம்பப்பள்ளியில் பீம் சேர்க்கப்பட்டார். சுபேதரர் ராம்ஜி சக்பால் டபோலியில் நீண்ட காலம் தங்க முடியவில்லை. பின்னர் பம்பாய்க்கு குடியேறினார். அவர் பம்பாயில் உள்ள 'சத்தாரா' என்ற ராணுவக் குடியிருப்பு வளாகத்தில் ஒரு வேலையில் அமர்ந்தார்.

பீம் பள்ளிக்குச் செல்லத் தொடங்கிய சில மாதங்களுக்குப் பின் அவரது குடும்பத்தில் மிகப் பெரிய இழப்பு ஏற்பட்டது. அவருடைய அன்னை பீமாபாய் நோய்வாய்ப்பட்டுக் காலமானார். அதனால் அந்தக் குடும்பம் அடைந்த வேதனைக்கு அளவேயில்லை. கடமையுணர்வு மிக்க ராம்ஜி சக்பால், தனது துயரை அடக்கிக்கொண்டு, பிள்ளைகளை அக்கறையோடு வளர்த்தார். ராம்ஜி சக்பால் மது அருந்துவதை வெறுத்தவர். மாமிசம் சாப்பிடமாட்டார். இவை இவருடைய தனிச்சிறப்புகள். தனது குழந்தைகள் மீது அளவற்ற அன்பு கொண்டவர். அதே நேரத்தில், அவர் கண்டிப்பு மிக்க தந்தையாகவும் விளங்கினார். அவர்களுக்கு எழுதப்படிக்கக் கற்றுக்கொடுத்து அவர்களது வாழ்வை செம்மைப்படுத்தப் பாடுபட்டவர்.

பக்தி இலக்கியங்களைத் தொடர்ந்து படித்ததாலும் அன்றாடம் பக்திப் பாடல்களை உள்ளம் உருகப் பாடியதாலும் மராத்தி மொழியில் ராம்ஜி சக்பால் வல்லமை பெற்றவர். அதனால் தன் பிள்ளைகளுக்கு எவ்வாறு மராத்திய மொழிச் சொற்களைக் கையாள வேண்டும் என்று கற்பித்தார். ஆங்கில மொழியையும் கற்றிருந்தார். எளிதில் புரியும்படியும் நம்பிக்கையூட்டும் வகையிலும் மொழிபெயர்ப்பு செய்வதற்குத் தன் குழந்தைகளுக்குப் பயிற்சி அளித்தார். இவருடைய மகன்களின் நலன் கருதி இவர் எழுதிய கணிதம் பற்றிய குறிப்புச் சுவடி ஒன்றை வைத்திருந்தார். கோபால கிருஷ்ண கோகலே எழுதிய கணித (Arithmetic) நூலுக்கு வழிகாட்டியாக இச்சுவடி பயன்பட்டது.

அன்னை பீமாபாய் அவர்கள் இறந்தபின் அத்தை மீராபாய் அம்மையார் அரவணைப்பில் டாக்டர் அம்பேத்கர் வளர்ந்தார். ஆரம்பக் கல்வியின் பெரும் பகுதியை தன் தந்தையிடமே கற்றார் அம்பேத்கர். அடிப்படை ஆங்கிலம், மராத்தி போன்றவற்றில் அம்பேத்கர் தேர்ச்சி பெற்றார். அம்பேத்கரின் வியத்தகு ஆங்கில அறிவிற்கு அவரது தந்தை ராம்ஜி இட்ட ஆங்கில அஸ்திவாரமும் ஒரு காரணமாகும்.

இளமைப் பருவத்தில் பள்ளியில் படிக்கும் காலத்தில், விளையாட்டுகளிலும் அம்பேத்கர் ஆர்வம் காட்டினார். கிரிக்கெட் மற்றும் கால்பந்து விளையாட்டுகளில் அவர் தேர்ச்சி பெற்றார். பல சமயங்களில் இந்த விளையாட்டுக் குழுக்களின் 'கேப்டனாகவும்' (தலைவராகவும்) இருந்தார். எப்போதும் கலகலப்பாகவும் துணிச்சலுடனும் இருப்பது இவர் இயல்பு. மதம், சமய தத்துவம்

போன்றவை பற்றி விவாதம் செய்வதில் இவருக்கு மிக விருப்பம். மகாத்மா புலேவின் நெறியைப் போற்றுபவராகவும் விளங்கினார். கடும் உழைப்பாளியான இவர் தாழ்த்தப்பட்ட மக்கள் பாதிக்கக் கூடிய பிரச்சினைகளில் அதிக அளவில் ஆர்வம் கொண்டிருந்தார்.

தீண்டாமை கொடுமையின் அனுபவம்

ஆரம்பப்பள்ளிப் படிப்பை முடித்த பீம்ராவும் அவருடைய அண்ணன் ஆனந்தராவும், சத்தாரா நகரிலிருந்த அரசாங்க உயர்நிலைப் பள்ளியில் சேர்க்கப்பட்டனர். பொதுவாக உயர் நிலைப் பள்ளி என்பது ஒரு மாணவனின் அறிவு வளர்ச்சிக்கான முதல் வாயிலாக இருக்கும். ஆனால், பீம்ராவுக்கோ அது அருவருக்கத்தக்க சாதியக் கொடுமைகளின் முதலாவது நுழைவுவாயிலாகவும் இருந்தது. இது பீம்ராவுக்கு மட்டுமல்ல, தாழ்த்தப்பட்ட குடும்பங்களைச் சேர்ந்த ஒவ்வொரு மாணவனுக்கும் அவர்கள் கடக்க வேண்டிய முட்பாதையாக இருந்தது. வகுப்பறையில் ஆனந்தராவும், பீம்ராவும் மற்ற மாணவர்களுடன் சேர்ந்து சமமாக உட்கார முடியாது. வகுப்பறைக்குச் செல்லும் பொழுது ஒரு சிறிய சாக்குத்துணி ஒன்றை எடுத்துச் சென்று வகுப்பறையின் ஓரத்தில் சாக்குத்துணியை விரித்து அதன் மீது அமர்ந்துகொள்வார்கள். அவர்கள் எழுதும் குறிப்பேடுகளை அவர்களுடைய ஆசிரியர்கள் தொடுவதில்லை, அவர்கள் இருவரிடமும் ஆசிரியர்கள் கேள்விகள் கேட்கமாட்டார்கள். ஏனென்றால் கேள்விகளுக்குப் பதில் சொல்லும்பொழுது அவர் களின் எச்சில் தங்கள் மீது பட்டுவிட்டால் அதன் மூலமும் தீட்டாகிவிடுவோமோ! என்ற அச்சம் ஆசிரியர்களிடமும் இருந்தது.

குடிதண்ணீரில் தீண்டாமை

ஆனந்தராவும், பீம்ராவும் தாகம் எடுக்கும்பொழுது, மாணவர்களுக்காக வைக்கப்பட்டுள்ள குடிநீர்ப் பானையிலிருந்து நீரை எடுத்துக் குடிக்கக்கூடாது. அவ்வாறு செய்தால் குடிநீர் 'தீட்டு' ஆகிவிடுமாம். சாதி இந்து மாணவர்களிடம் கெஞ்சினால் அவர்கள் பானையிலிருந்து நீரை எடுத்து ஊற்றுவார்கள். இவ்விரு சகோதரர்களும் அதைக் குனிந்து கைகளில் பிடித்துக் குடிக்க வேண்டும். பீம்ராவ் பள்ளியில் படித்துவரும் காலத்தில் பள்ளிக்கு வெளியே நடைபெற்ற இரு சம்பவங்கள் சாதியக் கொடுமை

என்பது எத்தகைய கொடுமை வாய்ந்தது, அருவருப்பானது என்பதை அவருக்கு மேலும் உணர்த்தின. ஒருநாள் பகலில், தணிக்க முடியாத தாகத்தினால் சிரமப்பட்ட பீம்ராவ் அம்பேத்கர், மேல் சாதிக்காரரர்களுக்கான குளத்தில் இறங்கி நீர் மொண்டு குடித்தார். அதைப்பார்த்த மேல் சாதிக்காரரர்கள் ஓட்டமாக ஓடி வந்து அவரைப் பிடித்து அடித்தார்கள். சிறுவன் அம்பேத்கர் அழுது துடித்தபோதும் அந்த மேல் சாதி வெறியர்கள் விடவில்லை. அவர் மயங்கி விழுமளவுக்கு அடித்துப் போட்டனர்.

அம்பேத்கரின் பிஞ்சு உள்ளம் சாதியப்பாகுபாட்டின் கொடுமையைக் கண்டு வெதும்பியது. தாழ்த்தப்பட்டவர்களை இழித்தும், பழித்தும் கூறிய சக மாணவர்களின் கேலிப் பேச்சுக் களைத் தாங்கிக் கொள்ள முடியாமல் திக்குமுக்காடியது. தீண்டாமை அவரது உள்ளத்தில் ஒரு ஆழமான கீறலை ஏற்படுத்தியது. "ஆபிரகாம் லிங்கன், சந்தைகளில் அடிமைகள் ஏலம் விடப்படுவது கண்டு மனம் நொந்தார். பிற்காலத்தில் அமெரிக்காவின் ஜனாதிபதியாக தான் வந்தால் அடிமை வாணிபத்தை ஒழித்தே தீருவேன் என்று மனதில் சபதம் எடுத்துக் கொண்டார்". அதேபோல்தான் அம்பேத்கரும் "தீண்டாமையை ஒழித்தே தீருவேன்" என்று மனதிற்குள் சபதமேற்றார்.

இதுபோன்ற பல அவமானங்களை ஆனந்தராவும், பீம்ராவும் தாங்கிக்கொள்ள வேண்டியிருந்தது. உயர்ந்த சாதி, தாழ்ந்த சாதி என்ற பிரிவினையும், மேல் சாதிக்காரரர்களின் கொடுமைகளும் கூரிய அறிவு படைத்த சிறுவன் பீம்ராவின் நெஞ்சில் தைத்த நெருஞ்சி முட்களாக இருந்தன. தன் மனக்குமுறல் அனைத்தையும் தன் தந்தையிடம் சொல்லி அழுவார். அனுபவ அறிவுமிக்க ராம்ஜி சக்பால் மகனுக்கு ஆறுதல் கூறி, மேலும் நன்றாகப் படிக்கும்படி உற்சாகமூட்டுவார்.

மேல் சாதியைச் சேர்ந்த ஆசிரியர்களுக்கிடையில் மனிதாபிமானம் மிக்க, பரந்த நோக்குடைய ஆசிரியர்கள் இருவர் அந்தப் பள்ளியில் இருந்தனர். ஒருவர் 'பெண்ட்ஸே' என்ற பிராமணர். ஒரு நாள் கொட்டும் மழையில் உடை முழுக்க ஈரமான நிலையில் வகுப்பறைக்கு வந்த சிறுவன் பீம்ராவைக் கண்ட அந்த ஆசிரியர் மனமுருகினார். ஒரு தாழ்த்தப்பட்ட சிறுவன் கல்வி பெறுவதற்காக எத்தனை சிரமங்களைத் தாங்கவேண்டியிருக்கிறது என்று வருந்திய பிராமண ஆசிரியர் அதே வகுப்பில் படிக்கும் தன் மகனை அழைத்து பீம்ராவைத்

தங்கள் வீட்டிற்கு அழைத்துப்போய் வேறு உடை கொடுக்கும்படியும், சூடான உணவைக் கொடுக்கும்படியும் கூறினார்.

மனிதாபிமானமிக்க இவ்விரு ஆசிரியர்களின் அணுகுமுறை யானது பீம்ராவ் உள்ளத்தில் ஒரு தாக்கத்தை உருவாக்கியது. மேல் சாதிக்காரர்கள் அனைவரும் கொடுமைக்காரர்களல்ல. அவர்கள் அனைவரும் சாதிய வெறி கொண்டவர்களல்ல, அவர்களிலும் நல்லவர்கள் இருக்கிறார்கள், சாதியம் என்பதுதான் மிகவும் மோசமானது. கொடூரமானது, அது ஒழிக்கப்பட்டால்தான் அனைவரும் சமமாக நடத்தப்படுவார்கள் என்ற கருத்தை உருவாக்கியது. அந்தக் கருத்தோட்டம் அவரது வாழ்நாள் முழுவதும் அவருக்கு வழிகாட்டிக் கொண்டிருந்தது.

ராம்ஜி சக்பால் தன் மகனை எப்படியும் ஓர் உயர்நிலைக்குக் கொண்டு வந்துவிட வேண்டுமென்று முனைப்புடன் செயல் பட்டார். அதனால் தன் மகனுக்கு பாடநூல்களைத் தவிர்த்து பிற நூல்களையும் வாங்கிக்கொடுத்தார். சில சமயங்களில் ராம்ஜி அவர்களால் புத்தகங்கள் வாங்கமுடியாத நிலை ஏற்பட்ட போதெல்லாம் திருமணமான தன் மகள்கள் துளசி, மஞ்சுளாவின் நகைகளைக் கூட அடகுவைத்து பணம் பெற்று, புத்தகங்கள் வாங்கிக் கொடுப்பாராம். பின்னர் நகைகளை மீட்டு அவர்களிடம் கொடுத்துவிடுவார்.

ராம்ஜி சக்பால் ஓர் ஆசிரியராக இருந்ததால் கல்வியின் அருமை அவருக்கும் தெரிந்தது. கல்வியே ஒரு மனிதனின் சமுதாய நிலையையும் அறிவுக் கூர்மையையும் மேம்படுத்த முடியும் என்று அவர் நம்பினார். எனவேதான் உலகம் போற்றும் ஓர் உன்னதத் தலைவராக அவரால் தன்னுடைய மகன் பீம்ராவை உருவாக்க முடிந்தது.

சமஸ்கிருதம் கல்வி கற்க மறுப்பு

சமஸ்கிருதம் கற்றுக் கொள்வதற்கு அம்பேத்கருக்கு ஆர்வமும், துடிப்பும் அதிகம். ஆனால் அவரது ஆவல் எல்பின்ஸ்டன் உயர்நிலைப் பள்ளியில் பயிலும் போது நிராகரிக்கப்பட்டது. சமஸ்கிருதம் உயர் வகுப்பினருக்கே உரிய மொழி, தாழ்த்தப் பட்டவர்களுக்கு அம்மொழி கற்பிக்கப்படமாட்டாது. அப்படி கற்பிப்பதும் தகாது என்று நடைமுறைப்படுத்தப்பட்டது. இதனால் அம்பேத்கர் மனம் வெதும்பினார். பின்னர் சமஸ்கிருதத்திற்குப்

பதில் பெர்சியன் மொழியை விருப்பப் பாடமாக எடுத்துக் கொண்டார்.

பின்னாளில் அம்பேத்கர் தமது சொந்த முயற்சியாலும் பண்டிதர்களின் துணை கொண்டும் சமஸ்கிருதத்தைக் கற்றார். இதில் புலமை பெற்றார். சமஸ்கிருதத்திற்குப் பெர்சியன் மொழி ஈடாகாது என்று அம்பேத்கர் கருதினார். "சமஸ்கிருதம் காவியங்களின் புதையல். அரசியலுக்கு, தத்துவத்திற்கு, இலக்கணத்திற்கு இது தொட்டில், நாடகங்களுக்கு தர்க்க இயலுக்கு, திறனாய்வுக்கு இது ஒரு வீடு" என்று அம்பேத்கர் குறிப்பிட்டுள்ளார்.

கிருஷ்ணாஜி அர்ஜுன் கெலுஸ்கர்

அம்பேத்கர் வீட்டின் அருகில் சிறிய பூங்கா ஒன்று இருந்தது. ஓய்வு நேரங்களில் அவர் அங்குச் சென்று படிப்பது வழக்கம். எப்போதும் புத்தகமும் கையுமாய் பூங்காவில் படித்துக் கொண்டிருக்கும் சிறுவன் அம்பேத்கர், அங்கு அடிக்கடி வரும் கிருஷ்ணாஜி அர்ஜுன் கெலுஸ்கர் என்பவர் பார்வையில் பட்டான். கிருஷ்ணாஜி ஒரு சிறந்த மராட்டிய எழுத்தாளர். நல்ல சிந்தனையாளர். மேல் ஜாதிக்காரரான அவர் ஒரு சீர்திருத்தவாதி.

கிருஷ்ணாஜி அம்பேத்கரை அழைத்து அவரைப்பற்றி விசாரித்து விவரம் அறிந்து கொண்டார். இருவருக்கும் வயது இடைவெளி அதிகம் இருப்பினும், நட்பில் மிகவும் நெருங்கி விட்டிருந்தனர். அம்பேத்கரின் இனிய பேச்சும், மரியாதைப் பண்பும், சிந்தனை ஆற்றலும் கிருஷ்ணாஜியை வெகுவாகக் கவர்ந்தது. ஏதோ ஒரு தனித்தன்மை அச்சிறுவன் அம்பேத்கரிடம் அமைந்திருப்பதை கிருஷ்ணாஜி மனோதத்துவ ரீதியாகக் கண்டார்.

கிருஷ்ணாஜி பலமுறை அம்பேத்கரின் வீட்டிற்கு வந்து அவர் தந்தை ராம்ஜி சக்பாலை சந்தித்துப் பேசி அம்பேத்கரை நன்கு படிக்க வைக்க வேண்டுமென்று கேட்டுக் கொண்டார். கிருஷ்ணாஜி தன் சொந்தச் செலவில் பல புத்தகங்கள் வாங்கி அம்பேத்கருக்குக் கொடுத்திருக்கிறார். பண உதவியும் தக்க தருணங்களில் செய்திருக்கிறார். அம்பேத்கருக்கு நல்ல நண்பராகவும், வழிகாட்டியாகவும், திகழ்ந்தார். இவரைப் போன்ற நல்ல உள்ளம் படைத்தவர்களால்தான் அம்பேத்கர், இவ்வளவு தூரம் உயர முடிந்தது.

விடுமுறை நாட்களில், பஞ்சாலைகளில் வேலை செய்து வந்த தன் உறவினர்களுக்கு மதிய உணவு எடுத்துச் செல்வார் அம்பேத்கர். தொழிலாளிகள் எத்தகைய சிரமமான சூழ்நிலைகளில் வேலைசெய்து பிழைக்க வேண்டியிருக்கிறது என்பதை அம்பேத்கர் நேரிடையாக அறிந்து கொள்ளும் வாய்ப்பை இது அளித்தது. தவிரவும், அம்பேத்கர் குடியிருந்த குடியிருப்பு முழுவதும் தாழ்த்தப்பட்ட தொழிலாளிகளின் குடும்பங்களாகவே இருந்தது, ஏழை மக்கள் நிராதரவான நிலையில் படும் துயரங்களை அவருக்கு உணர்த்தின.

மாட்டு வண்டியில் சென்றபோது தீண்டாமை கொடுமை

ஒருநாள் பீம்ராவும் அண்ணன் பலராமும் அவர்கள் அக்காள் மகனும் கோர்கானில் இருந்து தங்கள் தந்தையைப் பார்க்க புகைவண்டியில் சென்று புகைவண்டி நிலையத்தில் வந்து இறங்கினார்கள். இவர்கள் எழுதிய தபால் அதுவரை தந்தைக்குப் போய்ச் சேராமையால், அவர்களை அழைத்துச் செல்ல தந்தை புகைவண்டி நிலையத்திற்கு வரவில்லை. புகைவண்டி நிலைய அதிகாரி இவர்களுக்கு ஒரு மாட்டு வண்டியை வாடகைக்கு அமர்த்திக் கொடுத்தார்.

சிறுவர்கள் வண்டியில் ஏறிச் சென்றார்கள். பாதி வழியில் தான் அவர்கள் தீண்டத்தகாத வகுப்பைச் சேர்ந்தவர்கள் என்பது வண்டிக்காரனுக்குத் தெரிந்தது. வண்டிக்காரன் உடனே வண்டியை தலைகீழாகப் புரட்டி அவர்களை வெளியில் பிடித்துத்தள்ளினான். சிறுவர்களில் ஒருவன் தெருவில் விழுந்தான். மற்றவன் தெரு ஓரத்தில் இருந்த குப்பைத் தொட்டியில் விழுந்தான். மூன்றாவது நபர் தெரு ஓரத்தில் இருந்த மற்றொரு குப்பைத் தொட்டியில் விழுந்தான். காரணம் வண்டிக்கும் வண்டியை இழுத்துச் செல்லும் மாட்டுக்கும் இவர்களால் தீட்டு வந்துவிடுமாம்.

சிறுவர்கள் வண்டிக்காரனை கெஞ்சிக் கேட்டு கொண்டனர். இரட்டிப்புக் கட்டணம் கொடுப்பதாகச் சொல்லி தந்தை இருந்த ஊர்போய்ச் சேர்ந்தனர். வழியில் ஓர் ஊரில் தாகத்திற்குத் தண்ணீர் கேட்டனர். இவர்களுடைய சாதியைத் தெரிந்துகொண்டு நீர் கொடுக்க எவரும் முன்வரவில்லை. தாகத்தோடும் களைப்போடும் வந்த மக்களைப் பார்த்துத் தந்தை மிகவும் வருந்தினார். மற்றொரு நாள் ஒரு பொது இடத்தில் பீம்ராவ் தண்ணீர் அருந்தச் சென்றார்.

அங்கும் சாதி தெரிந்துவிட்டது. சிறுவனை நையப் புடைத்தனர். சின்னஞ் சிறு வயதில் உயர்நிலைப் பள்ளியில் அடி யெடுத்து வைத்து உலகத்தைத் தெரிந்து கொள்ளும் பருவத்திலேயே சாதிவெறியின் பயங்கர கொடூரத்தைக் கண்டார் பீமராவ்.

எல்பின்ஸ்டன் உயர்நிலைப் பள்ளியில் பீம் சேர்ந்தார். அப்போது பரேல் என்ற இடத்தில் - பழைய குடிசைப் பகுதியில் ஓரறை கொண்ட வாடகைக் குடிசையில் அவரது குடும்பத்தினர் வசித்தனர். மண்ணெண்ணெய் விளக்கின் வெளிச்சத்தில் அம்பேத்கர் படித்தார்; வகுப்பில் உள்ள கரும்பலகையில் கணக்கு ஒன்றை போட்டுக் காட்டுமாறு ஒருநாள் பீமை ஆசிரியர் அழைத்தார். அப்பொழுது கரும்பலகையின் பின்னால் சாதி இந்து மாணவர்களின் மதிய உணவு பாத்திரங்கள் கரும்பலகையை தாங்கியிருக்கும் கொம்பில் தொங்கியது. பீம் கரும்பலகையைத் தொட்டால் அதன் வழியாக தங்களுடைய உணவு தீட்டாகி விடும் என்று மாணவர்கள் பறந்து வந்து அவர்களுடைய உணவு பாத்திரங்களை எடுத்துச் சென்றார்கள்.

இது எந்த அளவுக்கு பீம் வாழ்ந்த காலத்தில் தீண்டாமை இருந்தது என்பதை எடுத்துக் காட்டுகிறது. இவரது ஆசிரியர் அம்பேத்கரைப் பார்த்து "நீ படிப்பது வீண்" என்று அடிக்கடி சொல்லிக் கொண்டிருந்தார். அம்பேத்கர் அந்த ஆசிரியரைப் பார்த்து "உங்கள் வேலையைப் பார்த்துக் கொண்டு போங்க" எனக் கூறினார். கடினமாக உழைத்து படித்ததாலும், திறமையாக தேர்வுகளை எழுதியதாலும் ஒவ்வொரு ஆண்டும் பள்ளித் தேர்வில் பீம் தேர்ச்சி பெற்றார்.

1907-இல் எல்பின்ஸ்டன் உயர்நிலைப்பள்ளியில் மெட்ரிக் குலேசன் தேர்வில் தேர்ச்சி பெற்றார். இதை ஒரு சாதனையாக அப்போது கருதப்பட்டது. மஹார் சமூகம் ஒரு திருவிழாவாக மகிழ்ச்சியுடன் கொண்டாடியது. இந்நிகழ்ச்சியில் சமூக சீர்திருத்தவாதியான S.K. போலே (S.K. BOLE) என்பவர் தலைமை தாங்கினார். புகழ்பெற்ற மராட்டி எழுத்தாளரும் பீமின் நண்பருமான சமூக சீர்திருத்தவாதியான கிருஷ்ணாஜி அர்ஜுன் கெலுஸ்கர் கலந்துகொண்டார். அவர் தாம் எழுதிய "கௌதம புத்தரின் வரலாறு" என்ற புத்தகத்தை பீமுக்கு அன்பளிப்பாக வழங்கினார். இந்தப் புத்தகம் தான் பீமுக்கு பௌத்த மதத்தை

அடையாளம் காட்டியது. இந்நூல்தான் தாழ்த்தப்பட்ட மக்களின் விடுதலைக்கு வித்திட்டது.

மணவாழ்வு

அம்பேத்கரின் சகோதரிகளான மஞ்சுளா மற்றும் துளசி ஆகியோர்களின் திருமணம் ஏற்கெனவே முடிந்திருந்ததால், ராம்ஜி சக்பால் அம்பேத்கருக்கு திருமணம் செய்ய வேண்டுமென்று முடிவு செய்தார். 1907-இல் அண்ணல் அம்பேத்கருக்கும் ராமி என்றழைக்கப்பட்ட ரமாபாய் அம்மையாருக்கும் திருமணம் நடைபெற்றது. மணமகன் அம்பேத்கருக்கு அப்பொழுது வயது பதினேழு, மணமகள் ரமாபாய்க்கு ஒன்பது வயது. பம்பாயில் உள்ள பைக்குல்லா என்ற மீன் மார்க்கெட்டில் திறந்த வெளியில் திருமணம் நடைபெற்றது. பகலில் பொருள்களை விற்கும் கல் மேடையில் தான் மணமக்கள் அமர்வதற்கு இருக்கைகளாயின. ரமாபாய் நல்லியல்பு உடைய ஓர் குடும்பத்தில் இரண்டாவது குழந்தையாகப் பிறந்தவர். இவரது தந்தையார் டபோலியில் சுமை தூக்கும் கூலியாக பணிபுரிந்தார். இவர் ரமாபாய் திருமணத்திற்கு முன்னரே இறந்து விட்டார்.

அமைதியும், பொறுமையும் உருவான ரமாபாய் தன் கணவனுக்கு உகந்த மனைவியாக விளங்கினார். வாழ்வின் பல்வேறு சிரமங்களையும் வேதனைகளையும் தாங்கி அம்பேத்கர் தன் லட்சியப் பாதையில் செல்ல உறுதுணையாய் இருந்தார். மஹார் இனப்பெண்ணான அவர் மனைவி ரமாபாய் அம்மையார் இயற்கையிலேயே துணிவு மிக்கவர், தெய்வ பக்தி உடையவர், சிக்கனமாகக் குடும்பம் நடத்துபவர். மிகப்பெரிய பொறுமைசாலி. கல்வி கற்காத அவருக்கு அவரது கணவர்தான் எழுதப் படிக்கக் கற்றுக் கொடுத்தார். தன் கணவர் அமெரிக்காவில் இருந்து அனுப்பும் சொற்பத் தொகையை வைத்தே தன் குடும்பத்தினை சீராக நடத்தினார்.

தாழ்த்தப்பட்டவர்களுக்கு கல்வி
1. மகாத்மா பூலே - சாவித்ரி பூலே

தாழ்த்தப்பட்டோர்களுக்கும் பெண்களுக்கும் கல்வி பெறும் உரிமை மறுக்கப்பட்டபோது மகாத்மா பூலே இந்தியாவில் தாழ்த்தப்பட்டோர்களுக்கென குறிப்பாக தாழ்த்தப்பட்ட இனத்தைச் சேர்ந்த பெண்களுக்கு முதன் முதலாக 1852 ஆம் ஆண்டு முதல் பள்ளியை மஹாராஷ்ட்ரா மாநிலத்தில் உள்ள

பூனாவில் தொடங்கினார். பூலே அவர்களும் அவருடைய துணைவியர் சாவித்திரிபாய் பூலே (ஜனவரி 3, 1831 - மார்ச் 10, 1897) அவர்களும் தொடர்ந்து தாழ்த்தப்பட்ட மக்களின் விடுதலைக்காகப் பாடுபட்டனர். இவர் ஆரம்பக் கல்வியை இலவசமாக எல்லோரும் படிக்க வேண்டும் என்ற திட்டத்தைக் கொண்டுவந்தவர். சாதிய வேறுபாடுகளையும் தீண்டாமைக் கொடுமைகளையும் நீக்கப் பாடுபட்டவர்.

2. சாகுமகாராஜா

கோலாப்பூர் மன்னர் சாகுமகாராஜா தாழ்த்தப்பட்டோர்கள் கல்வி பெறவும், சாதி இந்துக்களால் ஏற்படுத்தப்பட்ட தடைகளையும் நீக்குவதற்கு முயன்றார். தாழ்த்தப்பட்டோர்களுக்கு இலவசக் கல்வியையும் தங்கும் இடத்தையும் ஏற்படுத்தினார். தாழ்த்தப்பட்டவர்களுக்கு வேலைவாய்ப்பும் அளித்தார். அம்பேத்கர் நடத்திய மூக்நாயக் என்ற பத்திரிகையை நடத்து வதற்கு நிதியுதவி அளித்தார். 1920-ஆம் ஆண்டு கோலாப்பூரில் தாழ்த்தப்பட்டோர்களுக்கான முதல் மாநாட்டை டாக்டர் அம்பேத்கர் நடத்தினார். அம்மாநாட்டிற்கு சத்ரபதி சாகுமகா ராஜா தலைமையில் நடைபெற்றது. அம்மாநாட்டில் தாழ்த்தப் பட்டோர்களுக்கு விடிவெள்ளியாக அம்பேத்கர் தோன்றி யுள்ளார் என்றும் அவர் உங்கள் விடுதலைக்குப் பாடுபடுவார் என்றும் கூறினார். அம்பேத்கர் மூக்நாயக் பத்திரிகையை நடத்துவதற்கு ரூபாய் 2500 நன்கொடையாக 31-01-1920-ஆம் நாள் வழங்கினார். மீண்டும் மூக்நாயக் பத்திரிகை நிதிப் பிரச்சினையில் இருந்தபோது ரூபாய் 750 நன்கொடையாக ஜூலை 1921-ஆம் ஆண்டும் மேலும் ரூபாய் 1000 பிப்ரவரி 1921 ஆண்டு நன்கொடை யாக அளித்துள்ளார். மேலும் அண்ணல் அம்பேத்கர் நிதிப் பிரச்சினையால் துன்புற்றபோது ரூபாய் 1500யை லண்டனில் உள்ள அம்பேத்கருக்கு 05-10-1921-இல் அனுப்பியுள்ளார். இவர் ஆட்சி செய்தபோது மக்கள் அனைவரும் சமம் என்றும் அரசின் திட்டங்கள் அனைத்தையும் மக்கள் அனைவரும் வேறுபாடின்றி பெறச் செய்தவர். டாக்டர் அம்பேத்கர் இவரை மக்களாட்சியின் தூண் (Pillar of the Social Democracy) என வர்ணித்தார்.

சாயாஜிராவ் கெய்க்வாட்

இந்திய சிற்றரசர்களில் ஒருவரான பரோடா மன்னன் சாயாஜிராவ் கெய்க்வாட் 1883-இல் தாழ்த்தப்பட்டோர்களுக்கு பள்ளிகளை நிறுவினார். இப்பள்ளிகளில் பணியாற்ற சாதி இந்துக்கள்

வராததால் முஸ்லீம் ஆசிரியர்களைக் கொண்டு கல்வி புகட்டும் பணி செயல்பட்டது. மன்னர் கெய்க்வாட் அண்ணல் அம்பேத்கரின் பட்டப் படிப்பு (BA) மற்றும் மேற்படிப்பு கல்விக்காக அமெரிக்கா சென்று படிப்பதற்கும் பொருளுதவி செய்தார்.

3. கர்னல் ஆல்காட்

தமிழகத்தில் கர்னல் ஆல்காட் தாழ்த்தப்பட்டோர்களுக்கு பள்ளியைத் துவக்கினார். Theosophical Society *17* நவம்பர் *1875*-ஆம் ஆண்டு நியூயார்க் நகரில் துவங்கப்பட்டது. ஒரு பொதுவான சகோதரத்துவத்தை, உலக அளவில் தோற்றுவிப்பதற்கு இந்த அமைப்பு ஆரம்பிக்கப்பட்டதாகும். இதன் கிளை 1950 ஏப்ரல், மே மாதம் *3*-ஆம் நாள் சென்னையில் துவங்கப்பட்டது.

ஆல்காட் நினைவு உயர்நிலைப் பள்ளி (Olcot Memorial High School (OMHS) என்ற பள்ளிக் கூடத்தை *1894*-ஆம் ஆண்டு சென்னையில் உள்ள Theosophical Society ஆரம்பித்தது. இந்த பள்ளிக் கூடம் Panchama Free School என அழைக்கப்பட்டது. இது (Harijan) பஞ்சமர்களுக்காக ஆரம்பிக்கப்பட்ட பள்ளிக்கூடம் ("Social Change through the education of the under privileged panchama Free School") பின் OMHS School ஆக மாற்றப்பட்டது, தற்போது இது மேல்நிலைப்பள்ளி (H.S.School) ஆக செயல் படுகிறது.

பீம்ராவ் அம்பேத்கர் ஆனார்:

தீண்டாமை என்ற கொடிய வழக்கம் மாணவர்களிடத்தில் மட்டுமின்றி ஆசிரியர்களிடமும் இருந்தது. எல்பின்ஸ்டன் உயர்நிலைப் பள்ளியில் மற்றொரு பிராமண ஆசிரியர் ஒருவர் பணியாற்றி வந்தார். அவருடைய பெயர் மகாதேவ் அம்பேத்கர். ஆசிரியருக்கான நல்லிணக்கங்கள் அனைத்தையும் ஒருங்கே பெற்றவர். சிறுவன் பீம்ராவின் குறுகுறு பார்வையும், படிப்பில் துடிப்பும், பணிவான நடத்தையும் ஆசிரியர் அம்பேத்கரை பெரிதும் கவர்ந்தன. இச்சிறுவன் பிற்காலத்தில் நாடு போற்றும் நல்லதோர் தலைவனாக வருவான் என்று அவருடைய உள்ளம் உணர்த்தியது.

அச்சிறுவனிடம் வலியச் சென்று நட்பை ஏற்படுத்திக் கொண்டார். கல்வியின் சிறப்பை உணர்த்தினார். கஷ்டங்கள் பல வந்தாலும் கல்வியைக் கைவிடாதே என்று அறிவுரை கூறினார்.

பல நாட்கள் தன்னுடைய உணவை பீம்ராவுக்கு பகிர்ந்தளித் திருக்கிறார். தின்பண்டங்கள், புத்தகங்கள் மற்றும் உடைகள் வாங்கிக் கொடுப்பார். மற்ற ஆசிரியர்களின் கேலிப் பேச்சுகளுக்கு அவர் சிறிதும் கவலைப்படவில்லை.

நம் நாட்டில் பார்ப்பனர்கள் அனைவரும் ஒரேமாதிரியாக சாதியத்தைப் போற்றுபவர்களாக இருந்ததில்லை. அவர்களில் சிலர் விதிவிலக்காகவும் இருந்தனர். பீமின் தாழ்வு மனப் பான்மையை நீக்கி அருகிலிருந்து உணவு தந்து பாசம் காட்டிய பிராமண ஆசிரியர் அம்பேத்கர் சாதியக் கொடுமையால் அல்லல்பட்ட பீமுக்கு ஆறுதல் அளித்து, அரவணைக்கும் பண்புகொண்டவர் அந்த ஆசிரியர். "பீம்ராவ் ராம்ஜி அம்பாவடே என்ற பெயரை பீம்ராவ் ராம்ஜி அம்பேத்கர்" ஆனார். இந்த பிராமண ஆசிரியரின் தன் குடும்ப பெயர் அம்பேத்கர் என்பதை பீம்ராவ் பெயருடன் சேர்த்து பள்ளிக்கூட பதிவேட்டில் மாற்றினார். இவ்வாறாக பீம்ராவ் ராம்ஜி அம்பாவாடேகர் என்ற தனது பெயரை பீம்ராவ் ராம்ஜி அம்பேத்கராக மாற்றினார்.

✳

2. அம்பேத்கரின் மேற்படிப்பு

மெட்ரிக் தேர்வு வெற்றிபெற்றதும் அம்பேத்கர் இண்டர்மீடியட் படிக்கத் தொடங்கினார், பம்பாயிலுள்ள எல்பின்ஸ்டன் கல்லூரியில். அங்கும் சாதிக் கொடுமைகள் நிறைந்திருந்தன. அம்பேத்கர் சிறிது காலம் நோய்வாய்ப்பட்டார். இதனால் ஒருவருட கல்வியாண்டு வீணாயின. மிகவும் கடினமாக உழைத்து இண்டர்மீடியட் தேர்வில் வெற்றிபெற்றார்.

அம்பேத்கர் தாழ்த்தப்பட்ட இனத்தைச் சேர்ந்தவராயிருந்த போதிலும், சமூக சீர்திருத்தவாதியும் ஆசிரியருமான கெலுஸ்கர் அம்பேத்கரிடம் பேரன்பு கொண்டு முடிந்த வரை உதவி செய்து அவரை முன்னுக்குக் கொண்டுவர வேண்டும் என்று பெரிதும் எண்ணினார். அதற்கான ஒரு நல்ல தருணம் கிடைத்தது. பரோடா மன்னர் சாயாஜி ராவ் அருள் உள்ளம் கொண்டவர். அவர் தாழ்த்தப்பட்டோர் படும் துன்பங்களைக் கண்டு, அவர்களை முன்னுக்குக் கொண்டுவர வேண்டும் என்று பல நற் செயல்களை செய்து வந்தார். பரோடா மன்னர் தாழ்த்தப்பட்ட வகுப்பினர் கல்லூரியில் உயர் படிப்புப் படிக்க விரும்பினால், அவர்களுக்குப் பொருளுதவி செய்யத் தயாராயிருப்பதாக அறிவித்தார்.

இதனை அறிந்த ஆசிரியர் கெலுஸ்கர், இத்தருணத்தைப் பயன்படுத்திக் கொண்டு அம்பேத்கருக்கு உதவ முன்வந்தார். அவர் மன்னருக்கு மிகவும் நெருங்கிய நண்பர். அதனால் அவர் அம்பேத்கரின் மேன்மையையும் கல்வியில் அவருக்கு இருக்கும் ஊக்கத்தையும், ஆர்வத்தையும் பற்றிச் சொல்லி, பரோடா மன்னரை தம் விருப்பத்திற்கு இணங்கச் செய்தார். மன்னர் தம் நண்பரின் வேண்டுகோளை நிறைவேற்ற வாக்குறுதி செய்து, உடனே அவர் பீம்ராவ் அம்பேத்கரை வரவழைத்து, உலகியல் பற்றியும் பாரதநாட்டு இயல்பு பற்றியும் பல பொது அறிவுக் கேள்விகளைக் கேட்டார்.

மன்னர் வியக்கும்படி அவர் கேட்ட கேள்விகளுக்கெல்லாம் அம்பேத்கர் சரியான விடை அளித்தார். அவருடைய அறிவுத்

திறனைப் பாராட்டி பரோடா மன்னர் அவர் படிப்பு முடியும் வரையில் மாதம் இருபத்தைந்து ரூபாய் உதவித்தொகையளிப்பதாக வாக்களித்தார்.

படிப்பது ஒன்றையே தமது வாழ்க்கையின் குறிக்கோளாகக் கொண்ட அம்பேத்கர் கல்வியில் மிகவும் கருத்தூன்றிப் படித்தார். அம்பேத்கரின் தந்தையார் அவரை மேன்மேலும் ஊக்குவித்தார். டாக்டர் அம்பேத்கர் இடைவிடாது உழைப்பினாலும், ஓய்வின்றிக் கல்வியில் கருத்தூன்றிப் படித்து பரோடா மன்னரின் உதவித் தொகையால் B.A. பட்டப் படிப்பைத் தேர்ந்தெடுத்து, எல்பின்ஸ்டன் கல்லூரியில் சேர்ந்து இரவுபகலாகப் படிக்கத் தொடங்கினார். இந்தக் காலகட்டத்திலும் மேல் சாதியினரின் ஏளனத்திற்கும், நிந்தனைகளுக்கும், கொடுமைகளுக்கும் தொடர்ந்து ஆளாகி வந்தார்.

எல்பின்ஸ்டன் கல்லூரியில் உணவு விடுதியை நடத்தி வந்தவர் ஒரு பிராமணர். அவர் அம்பேத்கருக்கு உணவோ தேநீரோ அல்லது குடிநீரோ வழங்க மறுத்துவிட்டார். அந்தக் கல்லூரியில் பணிபுரிந்த பேராசிரியர் (Muller) முல்லர் என்பவர் அம்பேத்கருக்கு மிகவும் உதவி புரிந்தார். அவர் படிப்பிற்குத் தேவையான புத்தகங்களைக் கொடுத்ததோடு, உடைகளையும் அளித்தார். இது அம்பேத்கருக்குப் பேருதவியாய் இருந்தது. இந்தியாவில் இருக்கும் தீண்டாமை கொடுமைகளை முல்லர் வெறுத்தார். மனிதன் தானாகவே ஏற்படுத்திக் கொண்ட உயர்வு தாழ்வுகளால் ஒரு சமுதாயம் அவமானத்திற்குள்ளாவதை அறிந்து வெட்கித் தலைகுனிந்தார். விடாமுயற்சியுடன் படித்து வந்த அம்பேத்கர் 1912-ஆம் ஆண்டு நடைபெற்ற B.A தேர்வில் வெற்றி பெற்றார். இது, அவருடைய குடும்பத்தினருக்கும் நண்பர்களுக்கும் எல்லையற்ற மகிழ்ச்சியை அளித்தது.

அம்பேத்கர் பட்ட மேல்படிப்பு (M.A.) படிக்க வேண்டுமென்று மிகவும் விரும்பினார். ஆனால் குடும்பத்தின் பொருளாதார நிலைமையோ மிகவும் மோசமாக இருந்தது. தந்தையார் கடுமையான நோய்வாய்ப்பட்டிருந்தார். குடும்பத்தில் அன்றாட உணவுக்குக் கூட வழியில்லை. எனவே, பரோடா மன்னரின் ஆயுதப்படையில் 'லெப்டினென்ட்' என்ற பதவியை ஏற்றுக் கொண்டார். தந்தையாருக்கு இதில் விருப்பமேயில்லை. அம்பேத்கர் விரும்பியிருந்தால் அவருக்கு ஆங்கிலேயரின் நிர்வாகத்திலேயே ஒரு பதவி கிடைத்திருக்கக் கூடும். ஆனால்

அவர் அதை ஏற்கத் தயங்கினார். ஏனென்றால், அந்த நிர்வாகத்தில் ஆதிக்கம் செலுத்தும் மேல்சாதிக்காரர்களின் இழி சொற்களையும் அவமானங்களையும் தாங்கிப் பணிசெய்வது சிரமம் என்று அம்பேத்கர் கருதினார். எனவேதான் அவர் பரோடா மன்னரின் கீழ் பணியாற்றச் சென்றார்.

பணியில் சேர்ந்து 15 நாட்கள்கூட ஆகவில்லை, பம்பாயில் தந்தையாரின் உடல்நிலை மோசமாகி விட்டதென்றும் உடனடியாகப் பம்பாய்க்கு வருமாறும் கோரி அவருக்குத் தந்தி வந்தது. அதிர்ச்சியடைந்த அம்பேத்கர் உடனே பம்பாய்க்குத் திரும்பி உயிருக்குப் போராடிக்கொண்டிருந்த தந்தையாரைக் கண்டு, அவர் அருகிலேயே இருந்து பணிவிடை செய்தார். பிப்ரவரி 2-ஆம் நாள் ராம்ஜி சக்பாலின் கண்களால் சில வினாடிகளில் மிகவும் பிரியத்திற்குரிய மகனைக் கண்டபடியே உயிர் நீத்தார். தனது தந்தையாரின் மறைவு அம்பேத்கருக்கு ஈடில்லா வேதனையைக் கொடுத்தது. அவர் பல நாட்கள் கதறி அழுதார். அந்நாள் அம்பேத்கரின் வாழ்க்கையில் அதிக துக்கம் நிறைந்த நாளாகும்.

தந்தையாரின் இறுதிச் சடங்குகளை முடித்த அம்பேத்கர் பல பிரச்சினைகளை எதிர்நோக்க வேண்டியிருந்தது. இதுவரை குடும்ப பாரத்தைத் தாங்கிவந்த தந்தையார் மறைந்துவிட்டதால் குடும்பப் பொறுப்பை அவர் ஏற்க வேண்டியிருந்தது, மேல் படிப்பு படிக்கவேண்டுமென்ற ஆர்வம் மற்றொருபுறம் அவருக்கு இருந்து கொண்டிருந்தது. பரோடாவிலும் மேல்சாதிக்காரர்களின் கொடுமை நிறைந்திருந்தது என்பதை தனது 15 நாட்கள் அனுபவத்தில் கண்டதால் அங்கே திரும்பிச் செல்ல மறுத்து விட்டார். பீம்ராவ் அம்பேத்கர் இப்பொழுது தம்மைத் தாமே காப்பாற்றும் பொறுப்பு ஏற்பட்டாலும், அவர் தம்முடைய படிப்பை மட்டும் விட்டுவிடாமல் என்ன செய்வதென்று தெரியாமல் அவர் திகைத்து நின்ற நேரத்தில் 1913 ஜுன் மாதத்தில் ஒரு தகவல் கிடைத்தது. தகுதி வாய்ந்த சில மாணவர்களுக்கு உதவித்தொகை அளித்து அவர்களை அமெரிக்காவிலுள்ள கொலம்பியா பல்கலைக்கழகத்திற்குப் படிக்க அனுப்பப் போவதாக பரோடா மன்னர் அறிவிப்புச் செய்திருந்தார். அம்பேத்கர் இதை அறிந்ததும் பரோடா நகருக்கு விரைந்து சென்று மன்னரைச் சந்தித்துத் தனக்கு ஒரு வாய்ப்பு அளிக்கும்படி வேண்டுகோள் விடுத்தார். மன்னரின் நண்பர் கெலுஸ்கரும் அம்பேத்கருக்காகப் பரிந்துரை செய்தார். ஏற்கெனவே அம்பேத்கரின்

திறமையை நன்குணர்ந்த மன்னர் கெய்வாட், அதை ஏற்று உபகாரச் சம்பளம் அளிக்கச் சம்மதித்தார். 'அமெரிக்காவில் படிப்பில் முழுக்கவனம் செலுத்த வேண்டும்; நாட்டிற்குத் திரும்பியபின் பரோடா மன்னர் நிர்வாகத்தில் 10 ஆண்டுகள் பணிபுரிய வேண்டும்' என்ற நிபந்தனையை ஏற்று அம்பேத்கர் ஒப்பந்தத்தில் கையெழுத்திட்டு 1913ம் ஆண்டு ஜூன் திங்கள் 4-ஆம் நாள் அமெரிக்காவுக்குப் பயணமானார்.

அம்பேத்கரின் மனைவி ரமாபாய்க்கும் அவரது குடும்பத்தினருக்கும் அம்பேத்கர் அமெரிக்காவிற்கு மேல் படிப்பிற்காகப் போவது மிகுந்த மகிழ்ச்சியை அளித்தது. ஆனால் குடும்பத்தின் செலவுகளுக்கு என்ன செய்வது என்ற கேள்விக்குறி எழுந்தது. அம்பேத்கர் ஒரு திட்டம் வகுத்தார். தனக்கு ஒவ்வொரு மாதமும் கிடைக்கும் உதவித்தொகையை சிக்கனமாகப் பயன்படுத்தி, அதில் ஒரு பகுதியை மிச்சம் பிடித்து ரமாபாய்க்கு அனுப்பிவைப்பதென்றும் அதைக்கொண்டு ரமாபாய் குடும்பத்தை நடத்த வேண்டுமென்றும் ஆலோசனை கொடுத்தார். அதன்பின் அம்பேத்கர் அமெரிக்காவுக்குப் பயணமானார்.

உதவித்தொகை பெற்ற அம்பேத்கரும் மற்ற மூவரும் 1913 ஆம் ஆண்டு ஜூலை மாதத்தின் மூன்றாவது வாரத்தில் நியூயார்க் நகரத்திற்குச் சென்று சேர்ந்தனர். அக்காலத்தில் அமெரிக்காவுக்குச் சென்ற அம்பேத்கரே முதன்மையானவர். அதுவும் தாழ்த்தப் பட்டவரில் சிறு வயதினரான அம்பேத்கர் முதல் நபராகவும் இருந்தார்.

மிகவும் வளர்ச்சியடைந்த முதலாளித்துவ நாடான அமெரிக்காவில் கல்வி கற்பதிலும் வேலை வாய்ப்புகளிலும் ஆணுக்கும் பெண்ணுக்கும் உள்ள சம வாய்ப்புகள் இருந்த சூழ்நிலை அம்பேத்கரை மிகவும் கவர்ந்தன. இந்தியாவில் தாழ்த்தப்பட்ட மக்களை மேல்சாதிக்காரரர்கள் கொடுமைப்படுத்துவது போன்ற நிலைமை அங்கில்லை என்பதும் அவருக்கு ஆறுதலாக இருந்தது. 1913-ஆம் ஆண்டு ஜூலை மாதம் 21-ஆம் நாள் அம்பேத்கர் அடிமைத் தளை நீக்கிய ஆபிரகாம் லிங்கன், புக்கர், வாஷிங்டன் தோன்றிய நியூயார்க் மண்ணை மிதித்தார். நியூயார்க் நகரத்திற்கு வந்தவுடன் குறைந்த செலவில் தங்குவதற்கான இடத்தை அம்பேத்கர் தேடியலைந்து இறுதியில், லிவிங்ஸ்டன் அரங்கச் சத்திரத்தில் நேவல் பதெனா (Naval Bhathena) என்ற பார்ஸி மாணவருடன் தங்கிப் படிக்க ஆரம்பித்தார். பரந்த மனோபாவங்கொண்ட

நேவல் பதெனா அம்பேத்கரின் வாழ்க்கையில் இணைபிரியா நண்பரானார்.

முதுகலை (எம்.ஏ.) வகுப்பில் சேர்ந்த அம்பேத்கர், நாளொன்றுக்கு 18 மணிநேரம் படிப்பில் கவனம் செலுத்தினார். விலை குறைவான உணவு வகைகளையே உட்கொண்டார். அதன் மூலம் உதவிப் பணத்தில் ஒரு பகுதியைச் சேமித்து குடும்பத்திற்கு அனுப்பி வந்தார் அம்பேத்கர். அரசியல், விஞ்ஞானம், தத்துவம், மானுடவியல், சமூகவியல், பொருளாதாரம் முதலிய பாடங்களைப் பயின்றார்.

கொலம்பியா பல்கலைக்கழகத்தில் அவருக்கு மூன்று சிறந்த ஆசிரியர்கள் கிடைத்தனர். அவர்களில் ஒருவர் பேராசிரியர் ஜான் டுவேய் (John Deway). இவர் தத்துவத்துறைப் பேராசிரியராக இருந்தார். மற்றொருவர் பேராசிரியர் எட்வின் R.A செலிக்மன் (Edvin R.A Seligman) என்பவர். இவர் பொது நிதி (பொருளாதாரம்) என்ற துறையில் வல்லுநர். மூன்றாமவர் பேராசிரியர் கோல்டன் வெய்சர் என்பவராவார். மானுடவியல் துறையில் அனுபவம் மிக்கவர் இவர். இம்மூவரின் வழி காட்டல்கள் அம்பேத்கருக்கு மிகவும் பயனுள்ளதாக இருந்தது. முதன் முதலாக அவர் பல்கலைக்கழக விடுதியிலேயே ஒருவாரம் தங்கி இருந்தார். அக்காலத்தில் அங்குள்ள மாணவர் அனை வருக்கும் அளிக்கப்பட்ட உணவு இறைச்சி கலந்ததாயிருந்தது. இறைச்சியை முற்றும் வெறுத்த அம்பேத்கர் உடனே அவ்விடுதி யினின்றும் வெளியேறி, இந்திய மாணவர் வசிக்கும் கஸ்மாபாலிடன் கிளப்பில் தங்கினார். ஒன்றாகப் படித்தும், ஒன்றாக எழுதியும், குளித்தும், உறங்கியும் அவர்களுடன் சமமாக நடந்து வந்தார். அங்குள்ள மாணவர்களுடன் சேர்ந்து சுலபமாகப் பழகினார். இந்நிகழ்வுகள் அம்பேத்கரை வெளியுலகத்தில் காட்டியது.

கல்வியில் கருத்தூன்றி படித்தால்தான் தாம் முன்னுக்கு வந்து நல்ல பெயர் எடுக்க முடியும் என்பதை நன்கு அறிந்து கொண்டார் அம்பேத்கர். அதனால் ஒரு விநாடியையும் வீணாக்காமல், கல்வியிலேயே கண்ணுங் கருத்துமாயிருந்தார். நியூயார்க்கில் சினிமா மற்றும் இதர கேளிக்கைகளிலும் அவர் தம்முடைய கருத்தைச் செலுத்தாதிருந்தார்.

கொலம்பியா பல்கலைக்கழகத்தில் வெறும் பட்டதாரியாக ஆவதுடன் நிற்காமல், பொருளாதாரம், அரசியல் முதலிய கலைகளில் நன்கு தேர்ச்சியடைய வேண்டுமென்பதே

அம்பேத்கருடைய முக்கிய கொள்கையாய் இருந்தது. அவருடைய கொள்கையை அறிந்து அமெரிக்க நண்பர்களே அவரைப் பெரிதும் பாராட்டி, அவரிடம் அன்பாகவும் மரியாதையாகவும் நடந்து கொண்டார்கள்.

நம் நாட்டில் அம்பேத்கர் ஆங்கிலம், பாரசீகம் (Persian Language) ஆகிய மொழிகளைத் தனிப்பாடங்களாக எடுத்துக் கொண்டு பி.ஏ. வகுப்பில் தேர்ச்சியடைந்தார். அமெரிக்காவிலே அவர் தத்துவம், சமூகவியல், பொருளாதாரம் ஆகிய கலைகளைத் தேர்ந்தெடுத்து கருத்தூன்றிப் படித்தார். அமெரிக்காவில் களியாட்டங்களிலும், உல்லாசப் பொழுதுபோக்குகளிலும் மனம் செலுத்தாமல் அம்பேத்கர் தம்முடைய நிலைமையை நன்கு உணர்ந்து பாடங்களைப் படிக்கலானார்.

அவருடைய அமெரிக்க நண்பர்களுள் சிலர் அவரை "புத்தகப் பூச்சி" என ஏளனம் செய்தார்கள். ஆனால் பிற்காலத்தில் அவர்களே அவருக்கு நிழல்போல உடனிருந்து உதவினார்கள். ஏளனம் செய்யும் காலங்களில் அம்பேத்கர் எவருடைய இகழ்ச்சிகளையும் பொருட்படுத்தாது தாம் அமெரிக்காவுக்கு வந்ததன் நோக்கத்தையே பெரிதும் சிந்தித்துக் கொண்டிருந்தார்.

அவருடைய குறிக்கோள்களில் முக்கியமானவை இரண்டு: ஒன்று பட்டதாரியாக ஆகவேண்டும்: மற்றொன்று சமூகவியல், பொருளாதாரம் முதலிய கலைகளில் உலகத்திலேயே தலைசிறந்த நிபுணராக ஆகவேண்டும் என்பதே. கொலம்பியா பல்கலைக் கழகத்தில் அம்பேத்கரின் திறமையையும் கல்வியில் உள்ள ஊக்கத்தையும் கண்டு அவரிடம் அன்பு கொண்டவர்களுள் முதன்மையானவர்கள் இரண்டு பேராசிரியர்கள். அவர்களுள் ஒருவர் சிட்னி வெப் என்பர் ஆவர். மற்றொருவர் எட்வின் செலிக்மன் என்பர்.

அம்பேத்கர் பேராசிரியர் செலிக்மனை நிழற்போலத் தொடர்ந்து அவ்வப்போது தமக்குற்ற ஐயங்களைத் தெளிவுறக் கேட்டுத் தெரிந்து கொள்வார். பொருளாதாரத்திலோ அறிவியலிலோ ஏதெனும் ஒரு துறையில் ஆராய்ச்சி செய்து வெற்றியடைவது எவ்வாறு என்பதை அம்பேத்கர் ஒரு சமயம் பேராசியர் செலிக்மனைக் கேட்டுக்கொண்டார். அவ்வினாவிற்கு அவர் எந்தத் துறையாயினும் தொடர்ந்து ஆராய்ச்சி செய்து வந்தால் வெற்றியடைவது திண்ணம் என்று பதில் கூறினார்.

ஆசிரியர் வார்த்தைகளை வேதவாக்காகக் கொண்ட அம்பேத்கர் ஒரு நாளைக்கு பதினெட்டு மணிநேரம் அயராமல் தம்முடைய ஆசிரியர் கூறியதை மனதில் வைத்துக் கொண்டு, இரண்டு ஆண்டுகள் அல்லும் பகலும் இடைவிடாமல் ஆராய்ச்சி செய்ததன் பயனாக அனைவரும் புகழத்தகுந்த மதிப்பைப் பெற்றார்.

இரு வருடப் படிப்பிற்குப்பின் 1915-ஆம் ஆண்டில் எம்.ஏ. பட்டம் பெறுவதற்காக அம்பேத்கர் தனது ஆய்வுக் கட்டுரையை சமர்ப்பித்தார். "பண்டைக்கால இந்திய வர்த்தகம்" (Ancient Indian Commerce) என்ற தலைப்பில் அவர் சமர்ப்பித்த ஆய்வுரை ஏற்றுக் கொள்ளப்பட்டு அவருக்கு எம்.ஏ. பட்டம் வழங்கப் பட்டது.

அம்பேத்கர் தொடர்ந்து தன்னுடைய இரண்டாவது ஆய்வுக்கான பணிகளைச் செய்து கொண்டிருந்தார். 1916-ஆம் ஆண்டு மே மாதத்தில் மானுடவியல் துறை சார்பில் நடத்தப்பட்ட கருத்தரங்கில் கலந்துகொண்டு "இந்தியாவில் சாதிகள்: அவற்றின் தோற்றம், வளர்ச்சி, செயல்பாட்டு முறை" என்ற தலைப்பில் ஆய்வுக் கட்டுரையை அவர் சமர்ப்பித்தார். அதில், இந்தியாவில் சாதிய முறை தோன்றிய விதம், அதனுடைய தீமை பயக்கும் விளைவுகள் குறித்தும் சாதிக்குள்ளேயே திருமணம் செய்து கொள்ளும் வழக்கத்தையும் (Endogamy) விளக்கியிருந்தார்.

அம்பேத்கர், 1916-ஆம் ஆண்டு ஜூன் மாதத்தில் முனைவர் பட்டத்துக்கான தனது ஆய்வுரை (National Dividend of India - A Historic and Analytical Study) அல்லும் பகலும் இடைவிடாமல் உழைத்து, ஆராய்ச்சிக்கட்டுரையை எழுதி முடித்தார். இவ்வாராய்ச்சிக் கட்டுரையை கொலம்பியா பல்கலைக் கழகத்தில் சமர்ப்பித்தார். இந்த ஆராய்ச்சிக் கட்டுரையை மதிப்பீடு செய்து, அதன் சிறப்பியல்புகளை அறிந்த கொலம்பிய பல்கலைக்கழகம் அம்பேத்கருடைய திறமையைப் பாராட்டி அவருக்கு "டாக்டர்" பட்டம் கொடுத்து கௌரவித்தது. இந்த ஆய்வுக்கட்டுரை எட்டு ஆண்டுகளுக்குப் பிறகு "The Evolution of Provincial" என்ற தலைப்பில் புத்தகமாக வெளிவந்தது. இந்த புத்தகத்தில் அம்பேத்கர் தனக்கு பொருள் உதவிய சாயஜ்ஜிராவ் கெய்க்வாட் அவர்களுக்கு தன் நன்றியைத் தெரிவித்துள்ளார்.

அமெரிக்காவில் இரண்டு முக்கிய அம்சங்கள் அம்பேத்கருடைய மனதை மிகவும் கவர்ந்தது. அவற்றில் ஒன்று அமெரிக்க ஐக்கிய நாட்டின் அரசியல் மசோதாவின் 14-ஆம் பிரிவு நீக்ரோக்களுக்கு

சுதந்திரம் வழங்கியது. மற்றொன்று 1815-ஆம் ஆண்டு காலஞ் சென்ற புக்கர் வாஷிங்டனின் வாழ்க்கை வரலாறு, இவ்விரண்டு நிகழ்ச்சிகளையும் ஆழ்ந்து சிந்தித்து, அவற்றைப் பற்றிய பல நூல்களைப் படிக்கும் வழக்கமும், ஓய்வு நேரங்களிலெல்லாம் நியூயார்க்கில் உள்ள புத்தகங்களையும் குறிப்பாக பழைய புத்தகக்கடைகளில் விற்கும் புதிய செய்திகளடங்கிய விருப்பமுள்ள நூல்களை வாங்கிப் படித்தார்.

லண்டன் பயணம்

இவ்வாறு அம்பேத்கர் சுமார் இரண்டாயிரம் நூல்களை வாங்கி சேர்த்து தாய் நாட்டிற்கு எடுத்துக் கொண்டு வருவதற்காக அவற்றையெல்லாம் பெட்டிகளில் வைத்துப் பாதுகாத்து வந்தார். அமெரிக்க ஐக்கிய நாட்டிலுள்ள கொலம்பியப் பல்கலைக்கழகத்தில் பட்டம் பெற்ற பீம்ராவ் அம்பேத்கர் மீண்டும் கல்வி கற்க வேண்டும் என்ற ஆர்வத்தினால் இலண்டன் மாநகரத்திற்குச் செல்ல உறுதி கொண்டார். எனவே, அவர் 1916-ஆம் ஆண்டு ஜுன் திங்கள் அமெரிக்காவிலிருந்து இலண்டனுக்குச் சென்றார். அச்சமயந்தான் முதல் உலகப்போர் நடந்து கொண்டிருந்தது.

அம்பேத்கர் அமெரிக்காவிலிருந்து புறப்படும் பொழுது லாலா ஹர் தயால் என்பவர் தலைமையில் இயங்கிய கதார் கட்சி (Gader party) அமெரிக்காவிலுள்ள இந்திய மாணவர்கள் அனைவரையும், இந்தியாவிற்கு திரும்பிச் சென்று, ஆங்கிலேயர் களுடைய பொருள்களை நிராகரித்து அவர்களை நம் நாட்டிலிருந்து அகற்றத் தூண்டுதல் செய்துகொண்டிருந்தார். அதுவன்றியும், இந்திய தேசியத் தலைவர் லாலா லஜபதிராயும் அம்பேத்கரை கதார் கட்சியில் சேராவிட்டாலும், இந்திய அரசியல் இயக்கத்தில் சேருமாறு கேட்டுக் கொண்டார். லாலா லஜபதிராய் அம்பேத்கரின் பேராசிரியர் செலிகமேனுக்கு நெருக்கமான நண்பராவார். ஆனால் அம்பேத்கரோ தாம் பரோடா மன்னரின் ஒப்பந்தப் பத்திரத்தில் கையெழுத்திட்டிருப் பதைக் குறிப்பிட்டு, அதில் சேர மறுத்தார். அமெரிக்காவில் தனது படிப்பை வெற்றியுடன் முடித்துக்கொண்டு, அம்பேத்கர் 1919 ஜுனில் சட்டம் பயில லண்டனுக்குச் சென்றார். 1916-ஆம் ஆண்டு அக்டோபர் மாதம் லண்டனில் உள்ள Grys Inn என்ற

நிறுவனத்தில் சட்டம் படிப்பதற்காகவும் மேலும் உலகப் புகழ்பெற்ற லண்டன் பொருளாதார கல்வி நிறுவனத்தில் (London School of Economics) பொருளாதாரம் படிப்பதற்காக M.Scல் சேர்ந்தார். ஒருவருட படிப்பிற்குப் பின்னர் D.Sc. பயில்வதற்கு அனுமதிதரப் பட்டது. ஆனால் அண்ணல் அம்பேத்கர் கல்வியை இடையே நிறுத்திவிட்டு இந்தியா வந்தார். மன்னர் சாயாஜிராவ் கெய்க்வாட் வழங்கிய உதவித்தொகைக்கான காலம் முடிவுற்றதால் அம்பேத்கர் இந்தியாவுக்கு வரவேண்டியதாயிற்று. இதனால் அவருடைய உயர்கல்வி தடைப்பட்டது.

※

3. இந்தியாவில் அம்பேத்கர்

அம்பேத்கர் தன்னுடைய நிலைமையை விளக்கி, லண்டனில் படிப்பதற்கான பொருளுதவி நீடிக்கும்படி பரோடா மன்னருக்கு எழுதினார். பொருளாதாரத்தில் டி.எஸ்.சி. (D.Sc) பட்டம் பெற ஆராய்ச்சியையும் தொடங்கினார். பரோடா சமஸ்தானத்திலிருந்து அம்பேத்கருக்கு கடிதம் வந்தது. அதில் உதவித் தொகைக்கான காலம் முடிவடைந்து விட்டதால் உடனே நாடு திரும்பும்படி பரோடா சமஸ்தானத்தின் திவான் எழுதியிருந்தார்.

அம்பேத்கருக்கு என்ன செய்வதென்று விளங்கவில்லை. படிப்பையோ பாதியில் நிறுத்த முடியாது. பரோடா மகாராஜாவுக்கு ஒப்பந்தம் செய்துகொண்டபடி அங்குச் சென்று பணியாற்ற வேண்டுமென்று கொடுத்த வாக்குறுதியையும் காப்பற்ற வேண்டும். அவருக்கு ஒரே ஒரு வழிதான் தோன்றியது. தன்னுடைய பொருளாதாரப் பேராசிரியரான டாக்டர் எட்வின் கானனிடம் (Dr. Edvin Canan) சென்றார். தனது இக்கட்டான நிலைமையை அவருக்கு விளக்கிக் கூறி நான்கு வருட காலத்திற்குள் திரும்பி வந்து தொடர்ந்து படிப்பதற்கு அனுமதி கிடைக்க உதவுமாறு கோரினார்.

டாக்டர் எட்வினும் அவ்வாறு சிபாரிசு செய்ய இசைந்தார். இதன் காரணமாக அம்பேத்கருக்கு லண்டன் பொருளாதார கல்வி நிறுவனத்தில் (London School of Economics) விசேஷ அனுமதி கிடைத்தது. பெருமளவு புத்தகங்களைக் கொண்ட தன்னுடைய பொருட்களை ஒரு சரக்குக் கப்பலில் அனுப்பிவிட்டு அம்பேத்கர் ஒரு பயணிகள் கப்பலில் பம்பாய்க்குப் பயணமானார். அப்போது முதலாம் உலகப் போர் நடைபெற்று வந்த காலம். ஜெர்மனியும் இங்கிலாந்தும் எதிரி நாடுகள். லண்டனிலிருந்து புறப்பட்ட சரக்குக் கப்பலை நடுக்கடலில் ஜெர்மானிய நீர் மூழ்கிக் கப்பல் தகர்த்தெறிந்தது. இதனால் அம்பேத்கர் தனது நூல்கள் அனைத்தையும் இழந்தார். ஆனால் அவர் பயணம் செய்த

கப்பல் பத்திரமாக இலங்கை வழியாக பம்பாய்க்கு வந்து சேர்ந்தது. 1917-ஆம் ஆண்டு ஆகஸ்ட் திங்கள் 21-ஆம் தேதி அவர் பம்பாய் துறைமுகத்தில் இறங்கினார்.

நான்காண்டு காலத்திற்குப் பின் தனது அன்புக்கணவரைக் கண்ட அன்னை ரமாபாய் ஆனந்தக் கண்ணீர் வடித்தார். சுமார் ஒருமாத காலம் தன் குடும்பத்தாருடன் தங்கியபின் பரோடா வுக்கு அம்பேத்கர் செல்லத் தயாரானார். ஆனால் குடும்பச் செலவுகளுக்கோ பரோடாவுக்குச் செல்ல டிக்கெட் வாங்கு வதற்கோ அவரிடம் பணம் கிடையாது. என்ன செய்வதென்று திகைத்து நின்றார் அம்பேத்கர். அந்த நேரத்தில் அவருக்கு எதிர்பாரா இடத்திலிருந்து பணம் கிடைத்தது. லண்டனிலிருந்து சரக்குக் கப்பலிலிருந்து அனுப்பப்பட்ட அவருடைய புத்தகங்கள் கடலில் மூழ்கிவிட்டதால் 'தாமஸ் குக் சன்' (Messrs Thomas Cook & Son) என்ற கப்பல் கம்பெனியார் அம்பேத்கருக்கு நஷ்ட ஈட்டுத் தொகை அனுப்பியிருந்தனர். புத்தகங்களை இழந்தது அவருக்கு மிகுந்த வேதனையாக இருந்தாலும், இந்த நெருக்கடி யான நேரத்தில் பணம் கிடைத்ததற்காக அம்பேத்கர் மகிழ்ச்சி யடைந்தார். அந்தப் பணத்தில் ஒரு பகுதியை மனைவியிடம் வீட்டுச் செலவுக்குக் கொடுத்துவிட்டு, மறுபாதியை டிக்கட் வாங்கப் பயன்படுத்திக் கொண்டு அவ்வாண்டு செப்டம்பர் மாதம் நடுவில் பரோடாவிற்குச் சென்றார்.

பரோடாவில் அம்பேத்கர்

பரோடா அரசாங்கத்துடன் செய்துகொண்ட ஒப்பந்தப்படி பரோடாவில் பணிபுரியச் சென்றார். அம்பேத்கரை ரயில் நிலையத்திலிருந்து அழைத்துவர மன்னர் கட்டளையிட்டார். ஆனால் மேல்சாதியினரான இந்துக்கள் தாழ்த்தப்பட்ட இனத்தைச் சேர்ந்த அம்பேத்கரை அழைக்க வரவில்லை. ரயில் நிலையத்தை விட்டு இறங்கிய அம்பேத்கரும் அவருடைய அண்ணன் ஆனந்தராவும், யாரும் ரயில் நிலையத்திற்கு வராததைக் கண்டு திகைத்தனர். மன்னரைச் சந்திக்கும் முன் தங்கள் உடைமைகளை ஓரிடத்தில் வைத்துவிட்டுச் செல்ல விரும்பினர். பல தங்கும் விடுதிகளில் இடம் கேட்டும் அவர்கள் தாழ்த்தப்பட்டவர்கள் என்பதால் இடம் தர மறுத்துவிட்டனர். அம்பேத்கரும் அவருடைய அண்ணன் ஆனந்தராவும், கடைசியாகப் பார்சிக் காரர்கள் நடத்தும் சத்திரம் (Parsee Inn) ஒன்றுக்குச் சென்று, அங்கு

தங்கள் முகவரியையும் சாதியையும் மாற்றிக்கொடுத்து தங்க இடம் பெற்றனர்.

அமெரிக்க கொலம்பியா பல்கலைக்கழகம் போற்றிய ஒரு பேரறிஞரை பரோடா சமஸ்தான மக்கள் சாதியின் பெயரால் அவரை தெருத் தெருவாக அலைய விட்டது வேதனைக்குரிய விஷயம், வெட்கி தலைகுனிய வேண்டிய சம்பவம், மறுநாள் மன்னரை அம்பேத்கர் சந்தித்தார். பரோடா மன்னரால் அரசின் நிர்வாகத்தில் அனுபவம் பெற்ற டாக்டர் அம்பேத்கருக்கு பரோடாவில் நிதியமைச்சர் பதவி கொடுக்க மன்னர் திட்டமிட்டிருந்தார். பின் அம்பேத்கருக்கு ராணுவச் செயலாளர் பதவி அளிக்கப்பட்டது. அம்பேத்கருக்குப் பணிபுரிய இடம் ஒதுக்கப்பட்டது.

அவமதிப்புகள்

பரோடா மன்னர் அம்பேத்கரை உயர்ந்த பதவியில் அமர்த்தினாலும் கூட அந்த இடத்திற்குள் நுழைந்த அவரை ஏளனமாகத்தான் வரவேற்றனர் மற்ற பணியாளர்கள். சாதிய இந்துக் குடும்பகளைச் சேர்ந்த மற்ற அலுவலர்களும், சிப்பந்தி களும் அம்பேத்கரை ஏளனமாகவே நடத்தினர். ஓர் உயர்ந்த அதிகாரிக்குக் கொடுக்கும் மதிப்பும் மரியாதையும் கூட தராவிட்டாலும் சாதாரண ஒரு மனிதனுக்கு கொடுக்கும் குறைந்த பட்ச மரியாதை கூட அம்பேத்கருக்கு கொடுக்கப்படவில்லை. சாதிவெறி அவர்களின் கண்களை மறைத்தது. பிறப்பால் உயர்ந்தவர்கள் என்று அவர்கள் பேச்சில் தெரிந்தது. ஒவ்வொரு நாளும் தங்கள் சொல்லாலும், செயலாலும் அம்பேத்கரின் மனதை துன்புறுத்தினர்.

நாகரிக உச்சியில் இருந்த அமெரிக்காவிலும், கற்றவர்கள் நிறைந்த இங்கிலாந்திலும் உயர்வு தாழ்வு இல்லை. ஆனால் இந்திய நாட்டில் மட்டும் சாதி மற்றும் மதப்பாகுபாடு உள்ளது. சிப்பந்திகள் அவரிடம் அலுவலக குறிப்பேடுகளை (கோப்புகளை) நேரடியாகக் கொடுக்கமாட்டார்கள், மேஜையில் வைத்துவிட்டுச் செல்லவும் மாட்டார்கள். மேஜை மேல் தூக்கி எறிந்துவிட்டுப் போவார்கள். தாகத்திற்குக் கூட அம்பேத்கர் தானே தண்ணீர் எடுத்துக்கொள்ள வெண்டும்.

அண்ணல் அம்பேத்கர் தங்கியிருந்த பார்ஸி சத்திரத்தில் ஒருநாள் பத்து அல்லது பன்னிரண்டு பார்ஸிக்காரர்கள் கையில்

ஆயுதங்கள் உருட்டுக்கட்டைகள் கம்பிகளுடன் திடீரென உள்ளே நுழைந்தார்கள். அவர்களைக் கண்டதும் அம்பேத்கர் திகைத்து நின்றார். அவர்கள் அம்பேத்கரைப் பார்த்து, நீ யார்? இவ்வறையில் தங்கியிருக்க உனக்கு என்ன தைரியம் என்று பல கேள்விகளைக் கேட்டு, அவரை அச்சுறுத்தினார்கள். ஆனால் அம்பேத்கரோ மிகவும் சாந்தமாகவும், பொறுமையாகவும், "நான் ஓர் இந்து" என்ற பதிலை மாத்திரம் கூறி மௌனமாயிருந்தார். அவருடைய மௌன நிலைமையைக் கண்ட அம்முரடர்கள், "நீ தாழ்த்தப்பட்ட மஹார் இனத்தைச் சேர்ந்தவன் அல்லவா? நாங்கள் தங்கியிருக்கும் இந்த விடுதியில் நீ எவ்வளவு துணிச்சலுடன் இங்கு தங்குகிறாய்? இந்த இடத்தைவிட்டு உடனே வெளியேறு" என்று அச்சுறுத்தினார்கள்.

அம்பேத்கருக்கு என்ன செய்வதென்றே தெரியவில்லை. இந்தச் செய்தி விரைவில் ஊர் முழுவதும் பரவி விடவே அம்பேத் கருக்கு யாரும் இடம் கொடுக்க மறுத்துவிட்டனர். பல விடுதி களிலும் சத்திரங்களிலும் படிஏறி களைத்துப்போன அம்பேத்கர் கடைசியில் வாய்விட்டு அழுதுவிட்டார். மேன்மேலும் கொடுமைப்படுத்தப்பட்ட அம்பேத்கர் தங்குவதற்கு இடமில் லாமல் பசியாலும் தாகத்தாலும் வருந்தி, இறுதியில் ஒரு மரத்தின் நிழலில் உட்கார்ந்தார். தமக்கு ஏற்பட்ட அல்லல்களை எண்ணிக் கண்ணீர் விட்டார் என்றால், அவருடைய மனநிலை அப்போது எவ்வாறு இருந்திருக்கும்.

அறிவில் சிறந்த டாக்டர் பட்டதாரியான அம்பேத்கர் எவ்வளவு படித்தாலும், எத்தகைய பட்டத்தைப் பெற்றாலும் மூடப் பழக்க வழக்கங்களைக் கொண்ட உயர் சாதியினர் என்று சொல்லிக் கொள்கிறவர்களைச் சமாதானம் செய்து கொள்வதோ அவர் களுடன் ஒத்துழைப்பதோ மிகவும் சிரமம் என்பதை அப்போது தான் நன்கு உணர்ந்து கொண்டார்.

பரோடா அரசின் வேலையை ராஜினாமா செய்தல்

உயர்சாதி மக்களால் தான் துன்பப்படுவதை மன்னரிடம் முறையிட்ட அம்பேத்கர் தனக்கு இருப்பிட வசதி செய்து தர வேண்டுமென்று மனு ஒன்றைக் கொடுத்தார். திவான் அதிகாரியிடம் கலந்து ஆலோசித்து தன் இயலாமையை மன்னர் வெளிப்படுத்தினார். பின்னர், அம்பேத்கர் மன்னரின் ஒப்புதலுடன் தன் பதவியை ராஜினாமா செய்து விட்டு 1917-ஆம் ஆண்டு நவம்பர்

திங்கள் பம்பாய்க்குச் சென்றார். தம்மிடம் அன்பு மிகக் கொண்டுள்ள ஆசிரியர் கெலூஸ்கரிடம் சென்று, தம்முடைய அல்லல்களைக் கூறினார். உடனே கெலூஸ்கரும் மகாராஜா வுக்குத் தெரிவித்தார். ஆனால், மகாராஜாவோ அதைப்பற்றி எவ்வித சிரத்தையும் எடுத்துக் கொள்வதாக அவர்களுக்குப் புலப்படவில்லை. அவருடைய அக்கறையின்மையையறிந்த கெலூஸ்கர் பரோடா சமஸ்தானத்தில் தமக்கு நன்கு பழக்கமான நண்பர் ஒருவருக்கு அம்பேத்கருடைய சிறப்பியல்புகளைத் தெரிவித்தார்.

அந்த நண்பர் ஒரு பேராசிரியர். அவர் கெலூஸ்கருடைய வேண்டுகோளுக்கு இசைந்து, அம்பேத்கருக்குத் தம்முடைய வீட்டிலேயே இடம் அளிப்பதாகக் கூறினார். அம்பேத்கரும் புறப்பட்டார். ஆனால் எதிர்பாரா நிகழ்ச்சி நேர்ந்து விட்டது, பேராசிரியரின் துணைவியார் வைதீக இந்துக் குடும்பத்தைச் சேர்ந்தவர். எனவே, அவர் தன் கணவருடைய செய்கையைக் கேட்டதும் அம்பேத்கரை வீட்டிற்கருகிலுங்கூட வரவழைக்கக் கூடாது என்று கூறி அவருடைய வருகையைக் கண்டிப்பாக எதிர்த்து மறுத்து விட்டாள்.

பேராசிரியர் தம்முடைய மனைவிக்கு அஞ்சி, இரயிலில் வந்து கொண்டிருக்கும் அம்பேத்கருக்குத் தம்முடைய வீட்டில் தங்கப் போதிய இட வசதியில்லை என்று சொல்லும்படி பரோடா இரயில் நிலையத்திற்கே ஓர் ஆளை அனுப்பினார். அந்த ஆளும் இரயில் நிலையத்துக்குச் சென்று இரயிலின் வருகையை எதிர் பார்த்துக் கொண்டிருந்தான். இரயிலும் வந்தது. அம்பேத்கரையும் கண்டான் அந்த ஆள், செய்தியைச் செம்மையாகச் சொன்னான். செய்தியைக் கேட்டு அதிர்ச்சியடைந்தார் அம்பேத்கர். இனி பரோடாவிற்கே வருவதில்லை என்று உறுதி செய்துகொண்டார்.

மீண்டும் பம்பாயில் அம்பேத்கர்

பரோடா சமஸ்தானத்தை விட்டு பம்பாய் வந்த டாக்டர் அம்பேத்கர் தன் எதிர்கால வாழ்க்கைக்கு என்ன வழி என்று யோசித்தார். நல்ல எண்ணம் கொண்ட ஒரு பார்ஸி நண்பர் உதவியால் இரண்டு மாணவர்களுக்கு டியூசன் சொல்லிக் கொடுக்கும் வேலை கிடைத்தது. பின்னர் பம்பாய் மார்க்கெட்டில் இருந்த வர்த்தகர்களுக்கு ஆலோசனை கூறும் நிறுவனத்தை

டாக்டர் அம்பேத்கர் தொடங்கினார். சில நாட்களுக்குப் பின் வர்த்தகர்களுக்கு அண்ணல் அம்பேத்கர் தாழ்த்தப்பட்ட இனத்தைச் சேர்ந்தவர் எனத் தெரிந்ததும் தங்கள் வருகையை நிறுத்திக் கொண்டனர். அதன்பின் அண்ணல் அம்பேத்கர் ஒரு பார்ஸிக்கு கணக்கு எழுதிச் கொடுக்கும் வேலையை செய்து வந்தார்.

அம்பேத்கர் வேறு வேலையைத் தேடத் துவங்கினார். அவரது அயராத முயற்சிக்கு கைமேல் பலன் கிடைத்தது. பம்பாயில் உள்ள சைடன்காம் கல்லூரியில் (Sydenham College) பேராசிரியராக அரசியல் பொருளாதாரத்தை (Political Economy) கற்பிப்பதற்கு வாய்ப்பு கிடைத்தது. அந்த வாய்ப்பை டாக்டர் அம்பேத்கர் நன்கு பயன்படுத்திக்கொண்டார். தன்னுடைய திறமையான எளிமையான கல்வி கற்பிக்கும் முறையின் மூலம் மாணவர்களை எளிதில் அம்பேத்கர் கவர்ந்தார். ஆரம்பத்தில் இவரது வகுப்பைப் புறக்கணித்த மேல்சாதி மாணவர்கள் நாளுக்கு நாள் அம்பேத்கரின் கல்வி கற்பிக்கும் முறையால் கவரப்பட்டு பாடங்களை ஆர்வத்துடன் படிக்கத் துவங்கினர். அம்பேத்கருக்கு அந்தக் கல்லூரிப் பேராசிரியர் பணி ஒரு நிரந்தரமான பணி என்றே தோன்றியது.

கல்லூரிப் பேராசிரியர் வேலையில் கிடைக்கும் வருமானத்தில் தன் குடும்பத்தை நடத்தியது போக சிறிது சிறிதாக பணம் சேர்த்து வந்தார். கோலாப்பூரில் ஆட்சி செய்த சாகுமகாராஜாவிடம் கொஞ்சம் உதவித் தொகை பெற்று, தன் நண்பர் நாவல் பதேனாவிடம் ரூபாய் *5000* கடன் பெற்று தான் சேமித்து வைத்த பணத்தையும் சேர்த்துக் கொண்டு சட்டம் மற்றும் D.Sc படிப்பதற்காக *1920*-ஆம் ஆண்டு செப்டம்பர் மாதம் மீண்டும் லண்டன் மாநகரம் சென்றார்.

மீண்டும் லண்டனில் அம்பேத்கர்

லண்டனில் உள்ள பொருளாதார மற்றும் அரசியல் விஞ்ஞானம் (London School of Economics and Political Science) என்ற நிறுவனத்தில் தன்னுடைய கல்வியை அம்பேத்கர் தொடர்ந்தார். அம்பேத்கர் பணத்தைச் சிக்கனமாகச் செலவு செய்வதோடு நேரத்தை செலவு செய்வதிலும் சிக்கனத்தைக் காட்டுவார். தன்னுடைய வாழ்நாளின் பெரும்பாலான நேரத்தை அவர் படிப்பதிலேயே செலவிட்டார். காலையில் நூலகத்திற்குள்

நுழைந்தால் மாலையில் நூலகம் மூடுவது வரை இருப்பார். உணவைப்பற்றி அவர் ஒருபோதும் கவலைப்பட்டதே இல்லை.

லண்டன் மியூசியம் (London Museum) உலகப் புகழ்பெற்றது. அதிலுள்ள நூலகத்தைப் பல பேரறிஞர்கள் பயன்படுத்தியுள்ளனர். கார்ல்மார்க்ஸ், இத்தாலிய புரட்சியாளர் மாஜினி, லெனின், சவர்க்கர் போன்றவர்கள் இந்நூலகத்தில் படித்துப் பயன் பெற்றவர்கள். ஓய்வு கிடைக்கும் போதெல்லாம் அம்பேத்கர் அங்குதான் இருப்பார். காலை 8 மணிமுதல் மாலை 5 மணிவரை அங்கு இருப்பது வழக்கம். சில நாட்களில் மதிய உணவுக்கும் செல்லமாட்டார். நிறைய குறிப்புகளை எழுதிக் கொள்வார். இது மட்டும் இல்லாமல், லண்டன் பல்கலைக்கழக நூல் நிலையம், இந்திய அலுவலக (India Office) நூல் நிலையம் முதலியவற்றிற்கும் செல்வார்.

டாக்டர் அம்பேத்கர் அவர்கள் 1921ஆம் ஆண்டு பொருளாதார சம்பந்தமான ஒரு ஆராய்ச்சிக் கட்டுரை எழுதி எம்.எஸ்.சி பட்டம் பெற்றார் "Provicial Decentralization of Imperial Finance". அம்பேத்கரின் கடின உழைப்பிற்குப் பலன் கிடைத்தது. எம்.எஸ்.சி. பட்டத்திற்குப் பின்னர் அடுத்து ஆய்வுக்கான D.Sc டாக்டர் பட்டம் பற்றிய ஆராய்ச்சியை 1922-ஆம் ஆண்டு அக்டோபரில் லண்டன் பல்கலைக்கழகத்திற்கு சமர்ப்பித்தார். இந்த ஆராய்ச்சிக் கட்டுரையின் பெயர் 'ரூபாயின் பிரச்சினை' (The Problem of the Rupee). இந்த ஆராய்ச்சி பல்கலைக்கழகத்தில் அதிக பரபரப்பை ஏற்படுத்தியது.

ஜெர்மனியில் அம்பேத்கர்

இலண்டனில் தம்முடைய படிப்புக் காலம் முடியுந்தறுவாயில் உலகத்திலேயே மிகச் சிறந்ததாக எண்ணப்படும் ஜெர்மனியிலுள்ள 'பான்' பல்கலைக்கழகத்தில் சேர எண்ணங்கொண்டார். உடனே ஜெர்மனிக்குச் சென்று, சுமார் மூன்று மாதங்கள் வரை 'பான்' பல்கலைக்கழகத்தில் சேர்ந்து படிக்கலானார். அப்போது அம்பேத்கர் எழுதிய 'ரூபாயின் பிரச்சினை' (The Problem of the Rupee) என்ற ஆராய்ச்சியில் உள்ள சில உண்மைகள் ஏகாதிபத்திய உணர்வு கொண்ட சில பேராசிரியர்களுக்குப் பிடிக்கவில்லை. இந்தியப் பொருளாதாரத்தில் ஆங்கிலேயர்கள் செய்திருந்த நயவஞ்சனைகள் வெளியாவதை அவர்கள் ஏற்றுக் கொள்ளவில்லை. ஆராய்ச்சியை மறுபரிசீலனை செய்யும்படி திருப்பிவிட்டார்கள். இதற்குள் அம்பேத்கர் சட்டப் படிப்பை முடித்துக்கொண்டு இந்தியா

திரும்பிவிட்டார். பம்பாயில் இருந்து கொண்டே டாக்டர் பட்டத்துக்கான ஆராய்ச்சியை மீண்டும் எழுதி லண்டனுக்கு அனுப்பினார். அம்பேத்கருக்கு 'விஞ்ஞான மேதை D.Sc' என்னும் பட்டத்தை லண்டன் பல்கலைக்கழகம் அளித்துச் சிறப்பித்தது.

பாரிஸ்டர் (வழக்குரைஞர்) அம்பேத்கர்

டாக்டர் அம்பேத்கர் பாரிஸ்டராகவும், தத்துவ மேதையாகவும், பொருளாதார மேதையாகவும் விளங்கினார். ஆனால் அவர் தம்முடைய வாழ்நாளெல்லாம் பாரிஸ்டராகவேயிருந்து தொழில் புரிய விரும்பினார். 1923 ஆம் ஆண்டு அவர் பம்பாயில் பாரிஸ்டராக நியமனம் செய்யப்பட்டார். தாழ்த்தப்பட்ட இனத்தில் கறுப்பு நிறம், தொழில், பழக்கமின்மை முதலிய குறைபாடுகள் மலிந்திருந்த போதிலும் அம்பேத்கர் மனந்தளராது ஊக்கத்துடனும், விடாமுயற்சியுடனும், தைரியத்துடனும், நீதி மன்றங்களில் வாதப்போர் புரிந்து, வெற்றி கண்டார்.

ஏழை எளிய மக்களுக்காகக் குறைந்த அல்லது கட்டணமே இல்லாமல் நீதிமன்றத்தில் வாதாடினார். வருமானமும், புகழும் அதிகரித்திருந்தாலும், அம்பேத்கர் ஏற்கெனவே இருந்ததைப்போல இரண்டு அறைகளில் தம்முடைய வாழ்க்கையை நடத்தி வந்தார். அவருடைய மனைவி ரமாபாய் மிகவும் பொறுமையாகவும், அமைதியாகவும், 'கணவரே கண்கண்ட தெய்வம்' என்னும் கொள்கையுடையவராகவும் இருந்தார். தம்முடைய கணவர் வெளி நாடு சென்றிருக்கும் போதெல்லாம், நல்லமுறையில் உடல் நலத்தோடு தம்முடைய கணவர் வருகைக்காக இறைவனைப் பிரார்த்தித்த வண்ணமிருப்பார்.

அம்பேத்கரின் குடும்பம்

அம்பேத்கர் - ரமாபாய் தம்பதியினருக்கு இரண்டு ஆண் குழந்தைகள் பிறந்து இறந்து விட்டார்கள். ஒரு ஆண் மகன் பெயர் ரமேஷ். இரண்டாவது மகன் கங்காதரனும் குழந்தையாக இருக்கும்போதே இறந்து விட்டனர். மூன்றாவதாக ஆண் குழந்தை பிறந்தது. அந்தக் குழந்தைக்கு 'யஸ்வந்த ராவ்' எனப் பெயரிட்டு, அன்னை ரமாபாய் நாளொரு மேனியும் பொழுதொரு வண்ணமுமாக வளர்த்து வந்தார். பின்னர் நான்காவது குழந்தை பெண், இது குழந்தையாக இருக்கும்போதே இறந்துவிட்டது. ஐந்தாவதாகப் பிறந்த ஆண் குழந்தைக்கு ராஜரத்தினா, இந்தக்

குழந்தையும் 1926-இல் இறந்தது. ராஜரத்தினா இறப்பினால் பல மாதங்கள் கவலையில் மூழ்கியிருந்தார் அம்பேத்கர். அம்பேத்கர் சமூக நல அபிவிருத்திச் சங்கத்தின் கட்டடத்தில் ஒரு சிறிய அறையை வாடகைக்கு அமர்த்திக் கொண்டார். அந்த அறையையே தம்முடைய காரியாலய அறையாக அமைத்துக் கொண்டார். கட்சிக்காரர்களும், மற்றுமுள்ள நண்பர்களும் இவ்வறையிலேயே, அவரைப் பார்த்து வந்தார்கள். அப்போதெல்லாம் உடை இல்லாம லேயே வெற்றுடம்பாகவே தோற்றமளிப்பார் அம்பேத்கர். ஒரு நாள் திடீரென்று அவரைப் பார்ப்பதற்காக கோலாப்பூர் சமஸ் தானத்து மகாராஜா வந்தார். வெற்றுடம்பிலிருந்த அம்பேத்கர் அவசரமாக உள்ளே சென்று, ஆடை அணிந்து மகாராஜாவை வரவேற்றார்.

பகிஷ்கிரித் ஹிட்டகாரிணி சபா

ஒடுக்கப்பட்ட மக்களின் முன்னேற்றத்திற்காக "பகிஷ்கிரித் ஹிட்டகாரிணி சபா" (Bahishkrit Hitakarini Sabha) என்ற பெயரில் 1924 ஜுலை 20-ஆம் நாள் ஓர் அமைப்பை நிறுவினார் டாக்டர் அம்பேத்கர். 1860-ஆம் ஆண்டைய சங்கங்கள் பதிவுச் சட்டம் XXI-ஆம் விதியின்படி இது பதிவுசெய்யப்பட்டது. இதன் செயல் பாடுகள் பம்பாய் மாகாண எல்லைக்குள் இருக்கும். இதன் தலைமை இடம் தாமோதர் அரங்கம், பம்பாய் - 12-இல் அமைந் திருந்தது. இந்த சபாவின் நோக்கங்களும், குறிக்கோளும் பின்வருமாறு:

அ) ஒடுக்கப்பட்ட வகுப்பு மக்களிடையே கல்வியைப் பரப்பிட விடுதிகளைத் திறத்தல் அல்லது தேவைப்படுகின்ற மற்ற வழிமுறை களைக் கையாளுதல்;

ஆ) ஒடுக்கப்பட்ட வகுப்பு மக்களைக் கலாச்சாரத் தன்மையில் உயர்த்திட வேண்டி நூலகங்கள், சமூக மையங்கள், பயிற்சி வகுப்புகள், வாசகர் வட்டங்கள் ஆகியவற்றை அமைத்தல்:

இ) ஒடுக்கப்பட்ட வகுப்பு மக்களின் பொருளாதார நிலையை மேம்படுத்திடவேண்டி தொழில் மற்றும் வேளாண்மைப் பயிற்சிப் பள்ளிகளைத் தொடங்குதல்;

ஈ) ஒடுக்கப்பட்ட வகுப்பினரின் துயரங்களை உரியோர் கவனத்திற்குக் கொண்டுசெல்லுதல்;

பகிஷ்கிரித் ஹிட்டகாரிணி சபையின் தோற்றத்துடன் சுயமரியாதைக் கொள்கையின் காலமும் தொடங்கியது. இந்தச்

சபை காலூன்றிச் செயல்படத் தொடங்கியது. 1925 சனவரி 4-ஆம் நாள் கோலாப்பூரில் ஒடுக்கப்பட்ட உயர்நிலைப் பள்ளி மாணவர்கள் தங்கிப் படிப்பதற்கான விடுதியை இச்சபை ஏற்படுத்தியது. மாணவர்களின் உணவு, உடை, மற்ற செலவுகளையும் இந்தச் சபையே ஏற்றுக் கொண்டது. இவ்விடுதியை நடத்துவதற்காக கோலாப்பூர் நகராட்சி நாற்பது ரூபாய் உதவித் தொகை வழங்கியது.

※

4. ஒடுக்கப்பட்டோருக்கான உரிமைப் போர்

மகத் மாநாடு

1927-ஆம் ஆண்டு மார்ச் 19 மற்றும் 20 ஆகிய தேதிகளில் மகாராஷ்டிரா மாநிலத்திலுள்ள மகத் நகரில் நடந்த மாநாட்டில் தலைமை உரையாற்றிய அம்பேத்கர் அவர்கள் மூன்று வழிகளை முன்மொழிந்தார். "மூன்று வழிகளில் நம்மைத் தூய்மை செய்து கொள்ளாத வரையில் நிலையான முன்னேற்றத்தை நாம் அடைய முடியாது. நாம் நடந்துகொள்ளும் முறையில் நல்ல மாற்றத்தை ஏற்படுத்த வேண்டும், நம் பேச்சு முறையில் திருத்தம் தேவை, நம் எண்ணத்தில் எழுச்சி வேண்டும். சுய கல்வியைக் கற்பது, சுயமரியாதையுடன் வாழ்வது, சுய அறிவை வளர்ப்பது" ஆகியவற்றின் மூலம் மட்டுமே நம்மை உயர்த்திக் கொள்ள முடியும். உங்களுடைய பிள்ளைகளின் எதிர்காலம் உங்களுடைய வாழ்க்கையை விட உயர்ந்ததாக அமைய வேண்டும் என்று எண்ணாவிட்டால், இன்றைய பெற்றோர்களாகிய உங்களுக்கும், விலங்குகளுக்கும் வேறுபாடே இல்லை" எனப் பேசினார்.

பகிஷ்கிரித் பாரத்

1927 ஏப்ரல் 3-ஆம் நாள் மராத்தி மொழியில் மாதம் இருமுறை வெளியீடாக "பகிஷ்கிரித் பாரத்" (Bahiskrith Bharat) என்ற பத்திரிகையை அம்பேத்கர் தொடங்கினார். அதில் ஒரு முறை இவ்வாறு எழுதினார். "தென்னாப்பிரிக்காவில் இந்தியர்களும், இங்கிலாந்தில் இந்திய மாணவர்களும் இழிவாக நடத்தப்படுவது பற்றி இங்கே சிலபேர் கடுமையாகக் கண்டனம் தெரிவிக்கின்றனர். ஆனால் அதே நேரத்தில் இந்தியாவில் இருக்கின்ற அவர்களுடைய சொந்த நாட்டு மக்களுக்கு - சொந்த மதச் சகோதரர்களுக்கு மானிட உரிமைகளைத் தர மறுக்கின்றனர். அவர்களுடைய இந்த இரட்டைவேடப்போக்கில் தன்னலத் தன்மையில் என்ன நியாயம் இருக்கிறது" என்று எழுதியிருந்தார்.

சென்னையில் தீண்டப்படாதவர்கள் மாநாடு

1932 பிப்ரவரி 28-ஆம் நாள் சென்னையில் தீண்டப்படாதவர்களில் 10,000 பேர் அடங்கிய மாபெரும் கூட்டத்தில் அம்பேத்கருக்கு மிகப்பெரிய அளவில் வரவேற்பு அளிக்கப்பட்டது. அக்கூட்டத்தில் கிருஸ்தவர்களும், முகமதியர்களும், பார்ப்பனர் அல்லாதோர்களும் கலந்துகொண்டனர்.

இராணுவத்தில் பணிபுரிந்த தீண்டப்படாதார் சங்கத் தலைவர் கூட்டத்திற்குத் தலைமை ஏற்றார். தீண்டப்படாதவர்கள் இராணுவப் பணியாளர் சங்கம்; சென்னை மாகாண தீண்டப்படாதவர் பெடரேஷன்; ஆதிதிராவிட மலையாளிகள் சங்கத் தலைவர்; ஆதி ஆந்திர மகாசபையின் தலைவர், அருந்ததியர் மகாசபையின் தொழிலாளர் சங்கம் முதலான தென்னிந்தியாவில் இருந்த ஏறக்குறைய எல்லாத் தீண்டப்படாதவர் சங்கங்களின் சார்பிலும் அம்பேத்கருக்கு பொது வரவேற்பிதழ் அளிக்கப்பட்டது. தனி வாக்காளர் நிலைப்பாட்டிலிருந்து கூட்டு வாக்காளர் தொகுதி நிலைப்பாட்டுக்குத் தலைகீழாகத் தாவிவிட்ட எம்.சி. இராஜாவின் போக்கினை அக்கூட்டத்தில் அம்பேத்கர் வெளிப்படுத்தினார்.

அனைத்திந்திய தீண்டப்படாதவர் மாநாடு கம்தியில் (Kamtee Session) நடைபெறுவதற்கு முன்னர், எம்.சி இராஜா அவருடைய கருத்தாக எதையும் சொல்லியிருக்கக்கூடாது என்று அம்பேத்கர் கூறினார். அரசியல் அதிகாரத்தைக் கைப்பற்றுங்கள்; வாய் உறுதிமொழிகளிலும் கவர்ச்சியான வாக்குறுதிகளிலும் ஏமாறாமல் எச்சரிக்கையுடன் இருங்கள். உங்களுடைய துன்பங்களை உங்கள் வாழ்க்கையில் அனுபவித்த தலைவர்களை மட்டும் நம்புங்கள் என்று அக்கூட்டத்தில் வலியுறுத்தினார். தீண்டப்படாதவர்களின் நல்வாழ்விற்காகவும், தீண்டாமை என்னும் கறையைத் துடைக்கவும் பாடுபட்ட தீண்டாமை கொடுமைக்கு ஆளாகாத மாமேதைகளான கௌதம புத்தர், இராமானுஜர் ஆகியோர் ஆற்றிய பணிகளை உங்கள் கவனத்தில் கொள்ளுங்கள் என்று அம்பேத்கர் கூட்டத்தில் ஆக்கப்பூர்வமாகக் கூறினார்.

அனைத்திந்திய தீண்டப்படாத வகுப்பினர் மாநாடு

1942 ஜுலை 18 மற்றும் 19 ஆகிய தேதிகளில் நடைபெற்ற அனைத்திந்திய தீண்டப்படாத வகுப்பினர் மாநாட்டில் தலைமை

உரை ஆற்றிய அம்பேத்கர் "கற்பி! போராடு! ஒன்றுசேர்" என்று முழங்கினார். "நம்முடைய போராட்டம் செல்வத்தையும் அதிகாரத்தையும் பெறுவதற்காக அல்ல, நம்முடைய போராட்டம் மனித விடுதலையை அடைவதற்கானதாகும். மனிதனின் மதிப்பை நிலைநாட்டுவதற்கே நாம் போராடுகின்றோம்" என்று தனது உரையில் முழக்கமிட்டார்.

சவுதார் குளத்தில் நீரெடுக்கும் போராட்டம்

இயற்கையின் நன்கொடைகள் மனித இனம் அனைத்திற்கும் பொதுவானவை. ஆறுகள், ஏரிகள், குளங்கள் போன்ற நீர் நிலைகளில் தாழ்த்தப்பட்ட இனத்தினர் இறங்கி தண்ணீரைப் பயன்படுத்தக் கூடாது என்பது சட்டப்படி குற்றமானது. அதைப் போல் 'அரசுப் பணத்திலிருந்து கட்டப்பட்ட பள்ளிகள், கல்லூரிகள், மருத்துவ மனைகள், நீதி மன்றங்கள் அலுவலகங்கள் போன்றவற்றில் இன பேதமின்றி யாரும் சென்று வரலாம்' என்ற தீர்மானம் ஒன்று 1923-ஆம் ஆண்டு ஆகஸ்ட் மாதத்தில் பம்பாய் மேல் சபையில் கொண்டு வரப்பட்டது. ஓர் உயர்ந்த சாதிக்காரரான எஸ்.கே. போலே இத்தீர்மானத்தைக் கொண்டு வந்தார். இந்தத் தீர்மானத்தை பம்பாய் அரசு ஏற்றுக் கொண்டு தன் கீழ் உள்ள பொது நிறுவனங்கள் அனைத்திற்கும் ஆணை பிறப்பித்தது. பெரும்பாலான நிறுவனங்கள் அதைச் செயல்படுத்தத் தொடங்கின.

ஆனால் பம்பாய் மாகாணத்தில் மகத் என்று ஒரு நகரசபை இருந்தது. நகர சபைக்குச் சொந்தமான சவுதார் பொதுக் குளத்தில் தாழ்த்தப்பட்டவர் இறங்க உயர்சாதியினர் மறுத்துவிட்டனர். இச்செய்தி அம்பேத்கருக்குத் தெரிய வந்தது. 1927-ஆம் ஆண்டு மார்ச் மாதத்தில் தாழ்த்தப்பட்டோர் மாநாடு ஒன்று மகத் நகரில் கூட்டுவதென்று முடிவு செய்யப்பட்டது. அந்த மாநாட்டிற்கு பல மாநிலங்களிலிருந்து ஏராளமான ஆண்களும், பெண்களும் வருகை தந்திருந்தனர். நகரே விழாக்கோலம் பூண்டிருந்தது.

முதல் நாள் மாநாட்டில் பல நிகழ்ச்சிகள் நடந்தன. இரண்டாம் நாளில் பல தலைவர்கள் பேசினார்கள். தீண்டாமையை ஒழிப்பதில் தீவிரம் காட்ட வேண்டும், நீதி என்பது ஒருவர் கொடுத்து ஒருவர் எடுத்துக் கொள்வதல்ல. இந்து மதத்தில் சாதி வேற்றுமை கூடாது. தாழ்த்தப்பட்ட மக்கள் எல்லா வேலைகளிலும் நியமிக்கப்பட வேண்டும். இவ்வாறு பல கருத்துக்கள் பேச்சாளர்களின் உரைகளில் இடம் பெற்றன. கடைசியில் பேசிய அம்பேத்கர் அனைவரும்

வியக்குமாறு அரிய சொற் பெருக்காற்றினார். மாநாடு முடிந்த பின் தாங்கள் திட்டமிட்டபடி தாழ்த்தப்பட்ட மக்கள் அனைவரும் அம்பேத்கர் தலைமையில் மகத் நகர் குளத்திற்குச் சென்றனர். அம்பேத்கர் முதலில் இறங்கி தண்ணீரை பருக, பின் ஆயிரக் கணக்கானோர் இறங்கி தண்ணீர் பருகினர். இந்நிகழ்ச்சிக்குப்பின் அம்மக்கள் பல பிரிவுகளாகப் பிரிந்து மாநாட்டுப்பந்தலுக்கு போய்க் கொண்டிருந்தனர்.

இதைக் கேள்வியுற்ற உயர் சாதியினர்கள் குளத்தில் நீர் பருகிய அப்பாவிமக்களை தடிகளாலும், விறகுக்கட்டை களாலும், ஆயுதங்களாலும், சற்றும் எதிர்பாராத விதமாய் ஓடஓட விரட்டித் தாக்கினார்கள். பலருக்கு மண்டைகள் உடைந்தன. எலும்புகள் நொறுங்கின. ரத்தம் சொட்டச் சொட்ட மாநாட்டுப் பந்தலுக்கே ஓடி அம்பேத்கர் முன் நின்று 'உத்தரவிடுங்கள் பழிக்குப்பழி வாங்குகிறோம்' என்று முறை யிட்டனர். வன்முறையில் என்றும் நம்பிக்கை இல்லாத அம்பேத்கர் சட்டப்படி செயல்பட வேண்டுமெனக் கூறி காவலர்களிடம் பொறுப்பைவிட்டார். இப்படி திடீர் தாக்குதல் நடந்ததற்கு ஒரு வதந்தியும் காரணமாகும். 'குளத்தில் இறங்கி நீர் பருகிய அனைவரும் அப்படியே நகரின் பெரிய கோவிலான வீரேஸ்வர் ஆலயத்திற்குள் பிரவேசிக்கப் போகிறார்கள்' என்பதாகும்.

தாக்குதல் நடத்தியவர்களில் அடையாளம் தெரிந்த ஐந்து பேர்கள் மீது காவலர்கள் வழக்கு தொடர்ந்தார்கள். அவர்களுக்கு நான்கு மாதங்கள் சிறை தண்டனை விதிக்கப்பட்டது. இத்தனை நிகழ்ச்சிகளுக்குப் பின் அங்கு உயர் சாதியினர் குளத்தில் தீட்டுப் பட்டு விட்டதாகக் கருதி பல புனித சடங்குகள் செய்த பின்னரே குளத்தில் தண்ணீர் எடுத்தார்கள். அம்பேத்கர் இந்தப் பிரச்சினையை அத்துடன் விடுவதாக இல்லை, தாழ்த்தப்பட்டவர்கள் அந்தக் குளத்தில் இறங்கி தண்ணீர் எடுக்க உரிமை இருக்கிறதா இல்லையா என்பதைத் தெரிந்து கொள்ள வழக்கொன்றை பம்பாய் நீதிமன்றத்தில் தொடர்ந்தார். நான்கு ஆண்டுகள் வரை வழக்கு நடந்தது. கடைசியில் தாழ்த்தப்பட்டவர்களுக்கும் மகத் குளத்தில் சம உரிமை உண்டு என்று தீர்ப்பு வழங்கப்பட்டது. இது அம்பேத்கருக்குக் கிடைத்த வெற்றி மட்டுமல்ல, தாழ்த்தப்பட்ட சமூகத்தினர் அனைவருக்கும் கிடைத்த தனிப்பெரும் வெற்றி.

கோயில் நுழைவு

பம்பாய் நகரில் தக்கூர்வார் என்னும் பகுதியில் ஒரு கோவிலை அமைத்தனர். ஆலயத்தில் அனைத்து இன மக்களும் பேதமின்றி நுழைந்து வழிபாடு செய்ய அனுமதிக்கப்பட்டனர். பத்திரிகைகளும் இதுபற்றி எழுதியிருந்தன. அம்பேத்கர் கோயில் நிர்வாகிகளுடன் தொடர்பு கொண்டார். அவர்களும் ஆலயம் வருமாறு அம்பேத்கரை அழைத்தனர். அம்பேத்கரும் தன் நண்பர்களுடன் ஆலயத்தில் நுழைந்தார். இதை அறிந்த உயர் சாதியினர் அம்பேத்கரையும் அவருடன் வந்த ஆட்களையும் வலுக்கட்டாயமாக வெளியேற்றினர். கோவில் நிர்வாகிகளால் ஒன்றும் செய்ய முடியவில்லை.

அம்பேத்கரும் அவருடைய நண்பர்களும் கோயில் உள்ளே சென்றதால் கோயில் புனிதத்தன்மை போய் விட்டது என்று உயர் சாதியினர் பல புனிதச் சடங்குகள் செய்து மறுபடியும் கோவிலுக்குள் பிரவேசித்தனர். அம்பேத்கர் இந்நிகழ்ச்சிகளால் மிகவும் மனம் வருந்தினார். அம்பேத்கர் "மதம் என்பது சித்தாந்தம் சம்பந்தப்பட்டதாகவே இருக்க வேண்டும், மதம் நியதியை விதிப்பதாக இருக்கக் கூடாது, நியதியை விதிக்க எத்தனிக்கும் நேரத்தில், மதம் தன் நிலையை இழப்பதோடு மதத்தின் முக்கியமான பணி எனக் கருதப்படும் மக்களை கருணை மிக்கவர்களாக மாற்றுவதையும் அது அழித்து விடுகிறது. தன்னைப் பின்பற்றுபவர்களைப் பிரித்து வைத்து பேதம் கற்பிக்கும் மதம் பாரபட்சமானதாகும், தன்னையே சார்ந்துள்ள கோடிக்கணக்கான மக்களைக் குற்றவாளிகளைவிட, நாயை விடக் கேவலமாக நடத்தி அவர்களை வேதனைப்படுத்தும் ஓர் அமைப்பு மதமாகாது, மதம் அடிமைத்தனத்தை வளர்க்கக் கூடாது" என்று கூறுகிறார்.

பெரியாரும் அம்பேத்கரும்

பகுத்தறிவுத் தந்தை என்று போற்றப்படும் தந்தை பெரியார் தாழ்த்தப்பட்ட இனத்தில் பிறந்தவர் இல்லையென்றாலும், தாழ்த்தப்பட்ட மக்களுக்காக தளராமல் பாடுபட்ட தலைவர்களுள் சிறந்த வராக விளங்கினார். தீண்டாமையெனும் கொடிய நோயைத் தீர்க்க பகுத்தறிவு எனும் வீரிய மருந்தினைக் கொண்டு சமூகத்தைக் காக்க வந்தவர் தந்தை பெரியார். அவர் வைக்கத்திலே *1924-ஆம்*

எம்.தங்கராஜ்

ஆண்டிலே தொடங்கிய போராட்டம் இந்திய நாட்டின் பெருந்தலைவர்கள் அனைவரின் கவனத்தையும் கவர்ந்தது. அந்தப் போராட்டம் தமக்குள் ஒரு பெரிய தாக்கத்தை ஏற்படுத்திய தாக, 1927-ஆம் ஆண்டில் அம்பேத்கர் வெளிப்படையாகக் குறிப்பிட்டிருந்தார்.

பெரியாரும் அம்பேத்கரின் அரும்பெருஞ் சேவைகளை மனம்திறந்து பாராட்டிப் பேசியும் எழுதியும் வந்திருக்கிறார். தமிழகத்திலே 1925-ஆம் ஆண்டில் சுயமரியாதை இயக்கம் தோன்றி மதபேதங்களை எதிர்க்கும் துணிவினை மக்களுக்கு ஏற்படுத்தி யிருந்தது. ஆனால் வட நாட்டில் ஓர் இயக்கமாகத் தோன்றி மக்களை அப்படி ஆயத்தப்படுத்தாத நிலையிலேயே 1927-1928 ஆண்டுகளில் ஆற்றல் மிகுந்த தனி மனிதராக சுய மரியாதைக் கொள்கையை அங்கே பேசியிருக்கிறார், என்றால் அது சாதாரண காரியம் அல்ல என்று பெரியார் அம்பேத்கரின் பெருந் தொண்டினைப் பெருமையோடு குறிப்பிட்டிருக்கிறார்.

1954-ஆம் ஆண்டில் பர்மாவில் நடைபெற்ற புத்தமத மூன்றாவது மாநாட்டில் அம்பேத்கருடன் பெரியாரும் கலந்து கொண்டு சிறப்புரையாற்றியிருக்கிறார். அம்பேத்கர் இந்து மதத்தின் கொடுமைகளைச் சாடி, புத்த மதத்தில் தாம் சேர விருப்பம் தெரிவித்த நேரத்தில் பெரியார் அவர் கருத்தை முழுமையாக ஆதரித்திருக்கிறார். இவர்கள் தீண்டாமைக் கொடுமையை ஒழிக்கப் பகுத்தறிவு போர்வாளை ஏந்திய வீரமறவர்களாகப் போற்றப்பட வேண்டிய பெருந்தலைவர்கள் ஆவார்கள்.

சைமன் குழு

இந்தியாவில் சுதந்திரம் பெறுவதற்கான தேசிய இயக்கம் வலுத்துக் கொண்டிருந்தது. விடுதலை பெறவேண்டும் என்ற உணர்வு இந்திய மக்களிடையே நாளுக்கு நாள் அதிகரித்து வந்தது. இந்தியாவில் ஏற்பட்டுள்ள நிலைமையை ஆராய ஆங்கில அரசாங்கம் சைமன் கமிஷனை 3.2.1928 அன்று இந்தியாவிற்கு அனுப்பியது. 'இந்தியத் தேசிய இயக்கம்' சைமன் கமிஷனை எதிர்த்துப் புறக்கணித்தது. கமிஷன் சென்ற இடமெல்லாம் அதற்குக் கறுப்புக்கொடி காட்டப்பட்டது. "சைமனே திரும்பிப் போ" என்ற கோஷம் இந்தியாவெங்கும் முழங்கியது. கமிஷன் முன் சாட்சியம் அளிக்க அண்ணல்

அம்பேத்கர் அழைக்கப்பட்டார். 'பகிஷ்கரித் ஹிட்டகர்னி' சபையின் சார்பில் அவர் சைமன் கமிஷனிடம் ஒரு மனு கொடுத்தார்.

அந்த மனுவில் பம்பாய் சட்டசபையில் உள்ள 140 உறுப்பினர்களில் 22 பேர் பிற்பட்ட வகுப்பைச் சேர்ந்தவர்களாக இருக்க வேண்டும் என்றும் அனைவருமே வாக்காளர்களால் தேர்ந்தெடுக்கப்பட வேண்டுமே தவிர நியமனம் செய்யப்படக் கூடாதென்றும், மந்திரிகளில் ஒருவர் பிற்பட்ட வகுப்பைச் சேர்நதவராக இருக்க வேண்டுமென்றும் குறிப்பிட்டிருந்தது. அப்போது சட்டசபைக்கு லெஜிஸ்லேடிவ் கவுன்சில் (legislative council) என்று தான் பெயர். சைமன் குழு முன்பு டாக்டர் அண்ணல் அம்பேத்கர் நேரடியாக சாட்சியம் அளித்தார்.

நாசிக் சத்தியாகிரகம்

அம்பேத்கர் தனது நாசிக் சத்தியாக்கிரகத்தை 2-3-1930-இல் நடத்தினார். நாசிக் நகரில் ஒரு ராமர் கோயில் உள்ளது. இது தாழ்த்தப்பட்ட மக்களுக்குத் திறந்துவிடப்பட வேண்டும் என்பது கோரிக்கை. இதற்கு கோயில் நிர்வாகிகள் ஒப்புக் கொள்ளாததால் போராட்டம் நடத்த முடிவாயிற்று. சத்தியா கிரகம் செய்ய பதினைந்தாயிரம் பேர் திரண்டனர். அண்ணல் அம்பேத்கர் அவர்களை ஊர்வலமாக அழைத்துச் சென்றார். உடனே கோயில் மூடப்பட்டது. கோயிலைச் சுற்றிலும் போலீஸ் பாதுகாப்பு போடப்பட்டது. நிலைமையை சமாளிக்க போலீஸ் மேலதிகாரிகள் கோயிலுக்கு அருகிலேயே இருந்தார்கள்.

அம்பேத்கர் தலைமையில் சத்தியாகிரகிகள் அனைவரும் மூடப்பட்ட கோயிலைச் சுற்றி உட்கார்ந்து கொண்டு துதிப்பாடலை பாட ஆரம்பித்தனர். கோயில் திறக்கப்படவில்லை. கோயிலுக்கு திருவிழா நாள் வந்தது. தேரோட்டம் நடக்கவிருந்த தினத்தன்று சாதி இந்துக்களும் பிற்பட்ட இனத்தவரும் ஒரு முடிவுக்கு வந்தார்கள். இரு தரப்பினரும் சேர்ந்து தேர் இழுப்பது என்று தீரமானித்தார்கள் ஆனால் சுவாமி தேரோட்டத்தின் போது தாழ்த்தப்பட்டோர்கள் தேரை இழுக்க அனுமதிக்கப்படவில்லை, கைகலப்பு ஏற்பட்டது. போராட்டம் ஒரு வழியாக முடிவுக்கு வந்தது. அந்த ஆண்டு முழுவதும் கோயில் திறக்கப்படவில்லை. இந்தப் போராட்டம் ஐந்து ஆண்டுகள் நடைபெற்றது.

❋

5. வட்டமேஜை மாநாடுகள்

முதல் வட்டமேஜை மாநாடு

பிரிட்டிஷ் அரசாங்கம் வட்ட மேஜை மாநாடு (Round table conference) கூட்டுவதாக அறிவித்தது. மாநாட்டில் கலந்து கொள்வதற்கு அம்பேத்கருக்கு அழைப்பு அனுப்பப்பட்டது. இந்த (முதல்) வட்ட மேஜை மாநாட்டில் காங்கிரஸ் கட்சி கலந்து கொள்ளவில்லை. சாப்ரு, ஜெயகர், சீனிவாச சாஸ்திரி, ஜின்னா, ஆகாகான், சர்தர் உஜ்ஜல் சிங், பரோடா மகாராஜா, சர் சி.பி. ராமசாமி ஐயர், அம்பேத்கர், ராவ்பகதூர் சீனிவாசன் ஆகியோர் அம்மாநாட்டில் கலந்துகொண்டவர்களில் முக்கியமானவர்கள்; வட்ட மேஜை மாநாடு 12-11-1930-இல் ஆரம்பமாயிற்று. மன்னர் ஐந்தாம் ஜார்ஜ் மாநாட்டைத் துவக்கி வைத்தார். பிரிட்டிஷ் பிரதமர் ராம்சே மாக்டொனால்டு மாநாட்டுத் தலைவராக ஏகமனதாகத் தேர்ந்தெடுக்கப்பட்டார்.

இந்தியர்களின் வேண்டுகோள்களை நிறைவேற்றும் பொருட்டு இந்தியாவில் அரசியலமைப்பு அமைப்பதற்கு ஆங்கிலேய அரசாங்கம் இலண்டனில் இரண்டு வட்டமேஜை மாநாடுகளைக் கூட்டியது. இம்மாநாட்டிற்கு பிரிட்டிஷ் அரசாங்கம் பிரிட்டிஷ் நாட்டின் அரசியல் தலைவர்கள் மற்றும் இந்தியப் பிரதிநிதிகள் ஆகியோர்களை உள்ளடக்கிய குழுவை அழைத்திருந்தது. இக்குழுவில் 89 உறுப்பினர்கள் இருந்தனர். அதில் 16 பேர் பிரிட்டிஷ் அரசியல் கட்சிகளைச் சேர்ந்தவர்கள், 53 பேர் இந்தியாவில் உள்ள பல்வேறு பிரிவினைச் சேர்ந்தவர்கள், மீதம் உள்ள 20 பேர் இந்தியாவை ஆட்சி செய்த சிறுசிறு மன்னர்கள், அம்மாநாடுகளுக்கு இந்தியாவிலிருந்து பல்வேறு இனப்பிரிவினர்கள் தங்கள் அங்கத்தினர்களைப் பிரதிநிதிகளாக அனுப்பி வைத்தனர். அவற்றுள் தாழ்த்தப்பட்டோர் பிரிவும் குறிப்பிடத்தக்கது. அப்பிரிவு டாக்டர் அம்பேத்கரையும், ராவ் பகதூர் சீனிவாசனையும் தன்னுடைய பிரதிநிதிகளாகத் தேர்ந்தெடுத்தது. 1930-ஆம் ஆண்டு செப்டம்பர் திங்கள் 6-ஆம் நாள்

முதல் வட்ட மேஜை மாநாட்டிற்கு வருமாறு அம்பேத்கருக்கு பிரிட்டிஷ் அரசிடம் இருந்து இந்திய வைசிராய் மூலம் அழைப்பு வந்தது. 1930-ஆம் ஆண்டு அக்டோபர் திங்கள் 4-ஆம் தேதி டாக்டர் அம்பேத்கர் பம்பாயிலிருந்து 'வைசிராய் ஆப் இந்தியா' (S.S. Viceroy of India) என்னும் கப்பலில் இலண்டனுக்குப் பயணமானார். அக்டோபர் 18-ஆம் தேதி இலண்டன் போய்ச் சேர்ந்தார்.

1930-ஆம் ஆண்டு நவம்பர் மாதம் 22-ஆம் நாள் முதல் வட்ட மேஜை மாநாடு ஆரம்பித்தது. நவம்பர் 17-ஆம் நாளிலிருந்து 21-ஆம் நாள் வரையில் மாநாடு நடந்தேறியது. அம்மாநாட்டில் முஸ்லீம் தாழ்த்தப்பட்டோர்களின் பிரதிநிதிகள் தங்களுடைய கொள்கைகளையும், நோக்கங்களையும் எடுத்துக் கூறினார்கள். பல பிரதிநிதிகள் தங்கள் கருத்துக்களைப் பேசினார்கள். காங்கிரஸ் கட்சி கலந்து கொள்ளவில்லை.

லண்டன் சென்ற அம்பேத்கர் அங்குப் பல பிரிட்டிஷ் தேசிய தலைவர்களைச் சந்தித்து இந்தியாவில் தாழ்த்தப்பட்டவர்களுக்கு இழைக்கப்படும் கொடுமைகளை விரிவாகவும், விளக்கமாகவும் எடுத்துரைத்தார். மாநாட்டில் அண்ணல் அம்பேத்கர் தனது கொள்கைகளையும், முடிவுகளையும் ஆணித்தரமாக எடுத்துரைத் தார். அம்பேத்கரின் அழகான தெளிவான ஆங்கிலப்பேச்சு அனைவரின் கவனத்தையும் கவர்ந்தது. தாழ்த்தப்பட்ட மக்களின் முன்னேற்றத்திற்கு ஆங்கில அரசு இதுவரை சரியான நடவடிக் கைகள் எதுவும் எடுக்கவில்லை என்று பேசினார். இந்தியாவில் தீண்டாமையும், சாதிக் கொடுமையும் தலைவிரித்தாடுவதை அனைவர் நெஞ்சம் நெகிழும் வகையில் பிரிட்டிஷ் ஆட்சியினால் தாழ்த்தப்பட்ட மக்களுக்கு எந்தவித நன்மையோ உதவியோ கிடைக்கவில்லை என்பதையும் சுட்டிக்காட்டினார். "இனிமேலும் ஆங்கிலேயரை நம்பிப் பிரயோஜனமில்லை. இந்தியா சுதந்திரம் பெறுவது ஒன்றுதான் எங்களுக்குப் பயன் அளிக்கக்கூடியதாக இருக்கும்" என்று சொன்னார்.

வட்டமேஜை மாநாட்டில் கலந்துகொண்ட பரோடா மன்னர் அம்பேத்கரின் ஆற்றல் மிகு பேச்சால் பெரிதும் கவரப்பட்டார். தான் தங்கி இருந்த இடத்திற்கு வந்ததும் தன் மனைவியிடம் அம்பேத்கரின் பேச்சு பற்றிக் கூறி வியந்தார். தங்களால் ஆதரிக்கப்பட்ட ஒருவர் மிகவும் தகுதியானவரே என்பதில் இருவருக்குமே மிகுந்த மகிழ்ச்சி. மறுநாள் மன்னர் விருந்து ஒன்றிற்கு ஏற்பாடு செய்திருந்தார். அவ்விருந்திற்கு ஒரு சிலரே

அழைக்கப்பட்டிருந்தனர். அவர்களில் அம்பேத்கரும் ஒருவர். விருந்து முடிந்ததும் பரோடா மன்னர் அம்பேத்கரின் பேச்சாற்றலைப் பாராட்டி உரையாற்றினார்.

காலங்காலமாகத் தாழத்தப்பட்ட மக்களை சமுதாய விழ்ப்புணர்வு மூலம் மேல்நிலைக்குக் கொண்டு வருவது, அவ்வளவு சுலபமல்ல; இவர்களைச் சட்டத்தின் மூலமாக அல்லது திடீர் புரட்சியின் வழியாகவோதான் மேல்நிலைக்குக் கொண்டு வர முடியுமென்று வாதிட்டார் அம்பேத்கர். அவரது சொற்பொழிவை "இந்தியன் டெய்லி மெயில்" என்ற பத்திரிகையும், பரோடா மகாராஜாவும் இவருடைய பேச்சைப் புகழ்ந்து பாராட்டினார். முதல் வட்டமேஜை மாநாடு முடிந்தது. *1931*-ஆம் ஆண்டு பிப்ரவரி திங்கள் *13*-ஆம் நாள் டாக்டர் அம்பேத்கர் மார்செயில்ஸ் (Marseilles) என்ற இடத்திலிருந்து (இலண்டனிலிருந்து) கப்பல் மூலம் இந்தியாவிற்குப் புறப்பட்டார்.

முதல் வட்டமேஜை மாநாட்டிற்குப் பிறகு இந்திய அரசியல் நிலைமையில் மாறுதல் ஏற்பட்டது. காவலில் வைக்கப்பட்டிருந்த காங்கிரஸ் தலைவர்கள் விடுதலை செய்யப்பட்டனர். காந்தியடிகள் தமது ஒத்துழையாமை இயக்கத்தை நிறுத்தினார். இதே நேரத்தில் அம்பேத்கர் பம்பாய் சட்டமன்ற கவுன்சிலின் உறுப்பினராக மீண்டும் நியமிக்கப் பட்டார்.

டாக்டர் அம்பேத்கர் அலகாபாத்தில் ஒடுக்கப்பட்ட இனத்தைச் சேர்ந்த மாணவர்களுக்கென மாணவர் விடுதி ஒன்றை ஏற்படுத்தினார். அவ்விடுதியைப் பார்வையிடுவதற்காக அவர் அலகாபாத்திற்குச் சென்றார். அப்பொழுது அங்குள்ள காங்கிரஸ் கட்சியினர் அவருக்கு கறுப்புக் கொடி காண்பித்து தம்முடைய எதிர்ப்பைத் தெரிவித்துக் கொண்டனர். ஆனால் டாக்டர் அம்பேத்கர் சிறிதும் மனந்தளர்ச்சியுறாது தம்முடைய அலுவல்களிலேயே கண்ணுங்கருத்துமாய் இருந்தார்.

அம்பேத்கர் - காந்தி கருத்து மோதல்

இரண்டாவது வட்டமேஜை மாநாட்டிற்குச் செல்லும் கட்சி பிரதிநிதிகளுடைய பெயர்ப்பட்டியல் பிரசுரிக்கப் பட்டது. அவர்களுள் டாக்டர் அம்பேத்கர், சரோஜினி நாயுடு, லால்பகதூர் சாஸ்திரி, சாப்ரூ, மாளவியா, மகாத்மா காந்தி, ஜின்னா, இராமசுவாமி முதலியார் முக்கியமானவர்கள்.

இலண்டனுக்குப் போவதற்கு முன் காந்தி, டாக்டர் அம்பேத்கருடைய நோக்கங்களை அறிந்து கொள்ள விரும்பி 1931-ஆம் ஆண்டு ஆகஸ்ட் 6-ஆம் நாள் இரவு 8மணிக்குத் தம்மை வந்து பார்க்குமாறு டாக்டர் அம்பேத்கருக்குக் கடிதம் எழுதியனுப்பினார். அச்சமயம் அம்பேத்கர் காய்ச்சலுடன் படுக்கையிலிருந்தார். உடல் நலமடைந்ததும் தாம் வந்து பார்ப்பதாகப் பதில் எழுதி, மகாத்மா காந்திக்கு அனுப்பி விட்டார். பின்பு ஆகஸ்டு மாதம் 14-ஆம் தேதியன்று பிற்பகல் 2 மணிக்கு மகாத்மா காந்தியைப் பார்ப்பதற்காக மணிபவனம் (Mani Bhavan) சென்றார். அப்பொழுது காந்திஜி அம்பேத்கரை அன்புடன் வரவேற்றார்.

காந்திஜி:

என்னிடமும், காங்கிரஸிடமும் நீங்கள் கருத்து வேற்றுமை கொண்டிருப்பதாகத் தெரிகிறது. நீங்கள் பிறப்பதற்கு முன்பே நான் கல்வி கற்றுக் கொண்டிருக்கும்போதே தாழ்த்தப் பட்டோருடைய பிரச்சினைகளை எண்ணி அதற்கென என்ன செய்ய வேண்டும் என்பதை சிந்தித்துக் கொண்டிருந்தேன். அந்தப் பிரச்சினையைக் காங்கிரஸின் முக்கிய குறிக்கோளாவதற்கு நான் எத்தகைய பாடுபட்டுக் கொண்டிருக்கிறேன் என்பது பற்றி உங்களுக்கு நான் சொல்லாமலேயே தெரிந்திருக்கலாம் என்று எண்ணுகிறேன். அவ்வாறிருக்க, உங்களைப் போன்றவர் என்னையும், காங்கிரஸையும் பழிப்பது பற்றி மிகவும் ஆச்சரியமாயிருக்கிறது. ஆகையினால், நீங்கள் ஏதேனும் சொல்ல விரும்பினால், மனவேற்றுமையில்லாமல் நியாயமாகவும், தாராளமாகவும் சொல்லலாம்.

அம்பேத்கர்:

நான் பிறப்பதற்கு முந்தியே நீங்கள் எம் இனப் பிரச்சினை யைப் பற்றிச் சிந்தித்தது என்பது உண்மைதான், ஆனால் காங்கிரஸ் தன்னுடைய கொள்கைகளின்படி சரியாக நடக்கவில்லை. காங்கிரஸ் அங்கத்தினர் எவரும் தாழ்ந்த இனத்தைச் சேர்ந்த ஆணையாவது, பெண்ணையாவது தம்முடைய இல்லத்தில், வேலைக்கு அமர்த்திக் கொள்வது இல்லை. தாழ்த்தப்பட்ட ஏழை மாணவனை வீட்டிற்கு வரவழைத்து, அவனுக்கு ஒருபிடி உணவு கொடுத்து, அவனுடைய பசிப் பிணியைப் போக்கவில்லை.

எந்தத் தாழ்த்தப்பட்டவனையும் கதராடையை உடுக்கச் செய்து, அவனைத் தங்களுடைய கட்சியில் சேர்த்துக் கொள்ளவில்லையே! கண்மூடித்தனமாகக் கட்சியை வளரச் செய்வதில் கண்ணுங் கருத்துமாய் இருக்கிறது. இதற்காகவே உங்களையும், காங்கிரசையும் முழு மனதாக வெறுக்கிறேன். எனக்குச் சொந்த நாடென்று கூறிக் கொள்வதற்கு ஒருநாடும் இல்லை.

காந்திஜி:

முதல் வட்டமேஜை மாநாட்டில் நீங்கள் விடுத்துள்ள அறிக்கைகளிலிருந்தே உமக்குச் சொந்த நாடு என்று ஒன்று இருக்கிறது என்பது தெரிகிறதே!

அம்பேத்கர்:

எனக்குச் சொந்த நாடு இருப்பதாக இப்பொழுதான் நீங்கள் சொல்லக் கேட்கிறேன். ஆனால், எனக்குச் சொந்த நாடே இல்லை என்பதை மீண்டும் உமக்கு வற்புறுத்திக் கூறுகிறேன். குடிப்பதற்குத் தண்ணீர் இல்லாமல் நாய்களை விடக் கீழ்த்தரமாக நாங்கள் நடத்தப்படுகிறோம். இந்நாட்டிலுள்ள எத்தனை விதமான கொடுமைகள் உள்ளனவோ அவற்றிற்கெல்லாம், நாங்கள் உள்ளாகி மிகவும் துன்பங்களை அனுபவிக்கிறோம், எங்கள் உரிமைகள் அனைத்தையும் நாங்கள் கேட்டால், இந்நாடு என்னை நாட்டுத்துரோகி என்று நிந்திக்கிறது. என் நிலைமை இவ்வாறிருக்க, எனக்குச் சொந்த நாடும் ஒன்று இருக்கிறதா?

இருவர் முகங்களிலும் அமைதியடையவில்லை. மகாத்மா காந்தி அமைதியாயிராமல் துடிப்போடு இருந்தார். உடனே அம்பேத்கர் "நான் சொல்லி விட்டேன் உம்முடைய நோக்கத்தையும் நான் தெரிந்து கொண்டேன். அது போலவே என்னுடைய நோக்கத்தையும் தெரிந்துகொண்டிருப்பீர்கள் என நினைக்கிறேன். ஆகையினால் இப்பொழுது நான் விடைபெற்றுக் கொள்கிறேன்" என்று கூறிவிட்டு வெளியேறினார்.

மகாத்மா காந்தியைச் சந்தித்துப் பேசிய இரவு இலண்டனுக்குப் போகவிருக்கும் அம்பேத்கருக்கு பாராட்டுக் கூட்டம் ஒன்று நடந்தது. ஆண், பெண் நிறைந்த அப்பெருங்கூட்டத்தில் டாக்டர் அம்பேத்கர் "நான் இன்று பகல் காந்திஜியைச்

சந்தித்துப் பேசினேன். தற்காலிகமாக, உங்களுடைய முன்னேற்றத்திற்காக அவர் ஒன்றும் செய்யப்போவதில்லை என்பதை அவர் பேச்சுகளிலிருந்து நான் நன்கு தெரிந்து கொண்டேன். ஆகையினால் யாருடைய தயவினையும் எதிர்பாராமல் நமக்கு நாமே நம்முடைய உரிமைகளுக்காகப் போராடிப் பெற உழைக்கவேண்டும். ஆகையினால் நீங்கள் அமைதியாக இல்லாமல் ஒவ்வொரு வினாடியும் கிளர்ச்சி செய்து கொண்டே இருங்கள். அப்பொழுதான் உங்களுக்கு அதிகாரங்கள் கிடைக்கும். பதவிகள் வந்து சேரும், கோரிக்கைகள் தாமாகவே கைகூடும்" என்று கூறினார்.

இரண்டாவது வட்ட மேஜை மாநாடு

இரண்டாவது வட்டமேஜை மாநாட்டில் காங்கிரஸ் கலந்து கொள்ளும் என்று அறிவிக்கப்பட்டது. இந்த மாநாட்டில் கலந்துகொண்டவர்களில் காந்தியடிகள், மதன்மோகன் மாளவியா, சரோஜினி நாயுடு, ராமசாமி முதலியார் ஆகியோர் குறிப்பிடத் தக்கவர்கள்.

இங்கிலாந்து அரசாங்கம் ஏற்கெனவே அறிவித்தபடி இரண்டாவது வட்டமேஜை மாநாட்டை கூட்டியது. 1931-ஆம் ஆண்டு செப்டம்பர் மாதம் 7-ஆம் தேதி லண்டனில் கூடியது. காந்திஜி, பண்டித மதன் மோகன் மாளவியா, சரோஜினி நாயுடு போன்றோர் காங்கிரஸ் கட்சியின் சார்பாகவும், முகமது அலி ஜின்னா, சர் முகமது இக்பால் ஆகியோர் முஸ்லிம் லீக் சார்பாகவும்; டாக்டர் அம்பேத்கர், திவான் பகதூர் இரட்டை மலை சீனிவாசன் ஆகிய இருவரும் தாழ்த்தப்பட்டோர் சார்பாகவும் இம்மாநாட்டில் கலந்து கொண்டனர். மேலும் சீக்கியர்கள் சார்பாக உஜ்வால் சிங்கும், மகாராஜாக்கள் சார்பாக பிகானீர் மகாராஜா போன்றோரும் தனிநபர்களாக வி.எஸ்.சீனிவாச சாஸ்திரி, சர்.ஏ.ராமசாமி முதலியார் போன்றோரும் மற்றும் பலரும் இம்மாநாட்டில் கலந்து கொண்டனர்.

மாநாட்டில் டாக்டர் அம்பேத்கருக்கும், மகாத்மா காந்திஜிக்கும் பல நிகழ்ச்சிகளில் கருத்து வேற்றுமைகள் ஏற்பட்டன. பல முறைகளில் மாநாட்டில் ஜெயகர், ஜின்னா முதலிய பிற கட்சித் தலைவர்கள் டாக்டர் அம்பேத்கருடைய பேச்சுகளுக்கு விளக்கம் கேட்டு அவரை மேன்மேலும் தம்முடைய கருத்துக்களை வெளியிட முடியாதவாறு முட்டுக்கட்டை

போட்டார்கள். டாக்டர் அம்பேத்கரோ சிறிதும் மனத் தளர்ச்சியுறாது துணிச்சலுடனும் ஆணித்தரமாகவும் தெள்ளத் தெளிய எதிர்க்கட்சியினர் கேட்கும் வினாக்களுக்கெல்லாம் தக்கவாறு பதில் அளித்தார்.

சிறுவயதில் இருந்தே தீண்டாமையை ஒழிக்க வேண்டும் என்ற எண்ணம் தமக்கு இருப்பதாகவும் தற்போது காங்கிரஸ் இயக்கம் தாழ்த்தப்பட்டவர்களுடைய நலனில் அக்கறை எடுத்துக்கொண்டிருப்பதையும் காந்தியடிகள் விளக்கினார். அம்பேத்கர் இதற்குப் பதில் கூறுகையில் இந்துக்களின் மனம் மாறவில்லையென்றும், தாழ்த்தப்பட்ட மக்கள் மிருகங்களைவிட கீழாக நடத்தப்படுகிறார்கள் என்றும் முதலாவது வட்டமேஜை மாநாட்டில் தாழ்த்தப்பட்ட மக்களின் உரிமைகள் அங்கீகரிக்கப் பட்டுள்ளன என்பதையும் விளக்கிக் கூறினார்.

இதற்குக் காந்தியடிகள், தாழ்த்தப்பட்ட மக்களை இந்துக் களில் இருந்து தனியாக்கி அவர்களுக்குத் தனி உரிமை வழங்குவதைத் தாம் எதிர்ப்பதாகவும் இது தற்கொலைக்குச் சமமாகும் என்றும் கூறினார். இது அம்பேத்கருடைய கருத்துக்கு எதிரானது. ஆகவே, அவர் அந்த உரையாடலை அதிகமாக வளர்க்க விரும்பாமல் விடை பெற்றார். இத்தகைய சங்கடமான சூழ்நிலையில் பேச்சு முடிவடைந்தது. அதன் பிறகு அம்பேத்கர் இரண்டாவது வட்ட மேஜை மாநாட்டில் கலந்துகொள்ள லண்டன் சென்றார். மாநாடு 1931-ஆம் நாள் செப்டம்பரில் நடைபெற்றது.

இரண்டாவது வட்டமேஜை மாநாடு தோல்வியில் முடிந்தது. டிசம்பர் 28-ஆம் தேதி இந்தியாவுக்கு திரும்பிய காந்திஜி 1932-ஆம் ஆண்டு ஜனவரி 4-ஆம் தேதியன்று கைது செய்யப்பட்டு ஏரவாடா சிறையில் அடைக்கப்பட்டார்.

லண்டனில் காந்திஜி, 'இந்து சமூகத்திலிருந்து தாழ்த்தப் பட்டவர்களுக்கென்று தனித் தொகுதி அளித்துப் பிரிக்க வேண்டாம்' என்பதில் மிகவும் அழுத்தம் திருத்தமாக இருந்தார். ஆனால் தனித் தொகுதி பிரதிநிதித்துவம் வேண்டும் என்ற அம்பேத்கரின் குரலுக்கு மகத்தான ஆதரவு தெரிவிக்கும் வகையில் இந்தியாவிலிருந்து ஏராளமான கடிதங்கள் வந்தன.

முதல் வட்டமேஜை மாநாடு உருவாக்கிய பல்வேறு குழுக்கள் தயாரித்த அறிக்கைளை மறுபரிசீலனை செய்து அவற்றை விரிவாக்கம் செய்யும் பொறுப்பு இரண்டாவது

வட்டமேஜை மாநாட்டிற்கு அளிக்கப்பட்டது. இந்த மாநாட்டின் மிக முக்கியக் கடமைகளை நிறைவேற்றும் பொறுப்பு கூட்டாட்சி அமைப்புக் குழுவிற்கும் சிறுபான்மைக் குழுவிற்கும் (Federal Structure Committee and Minorities Committee) விடப்பட்டது.

'கூட்டாட்சி அமைப்புக் குழுவின்' கூட்டத்தில் காந்திஜி செப்டம்பர் 15-ஆம் தேதி உரை நிகழ்த்தினார். இந்தியாவின் அனைத்து நலன்களுக்கும், மதங்களுக்கும், சாதிகளுக்குமான ஏகப்பிரதிநிதி இந்தியத் தேசியக் காங்கிரஸ் மட்டுமே என்றார். இந்துக்கள், முஸ்லீம்கள் தாழ்த்தப்பட்ட மக்கள், கிறிஸ்துவர்கள், பார்ஸிகள் ஆகியோர் காங்கிரஸ் அமைப்பில் உறுப்பினர் களாகவும் கட்சியின் முக்கியமான பொறுப்புகளிலும் இருக் கிறார்கள் என்றும் காந்திஜி கூறினார்.

காந்திஜி பேசிய பின்னர் கூட்டாட்சி அமைப்புக் குழுவின் கூட்டத்தின் முதன் முறையாகப் பேசிய அம்பேத்கர், மன்னராட்சியின் மாநிலங்கள் குறித்து கருத்தை வலியுறுத்தினார். இந்திய யூனியனில் இணைவதற்கு எந்தவொரு மாநிலமும் தன்னுடைய பிரஜைகளுக்கு ஒரு நாகரிகமான வாழ்வை அளிப்பதற்குத் தேவையான நிதியாதாரங்களையும் திறனையும் பெற்றிருக்கிறதா என்பதை அது நிரூபிக்க வேண்டும் என்று அவர் கோரினார். கூட்டாட்சி அமைப்பிற்கு மாநிலங்களின் பிரதிநிதிகள் மக்களால் தேர்ந்தெடுக்கப்பட்டவர்களாக இருக்க வேண்டும். மகாராஜாக்களினால் நியமனம் செய்யப்பட்டவர் களாக இருக்கக் கூடாது என்ற கருத்தையும் அம்பேத்கர் வலியுறுத்தினார். நியமனம் செய்வதென்ற கொள்கையானது, பொறுப்பான அரசாங்கம் என்ற கொள்கைக்கு எதிரானது என்றும் அம்பேத்கர் தெளிவுபடுத்தினார். நிலப்பிரபுக்களுக்கு சிறப்பு பிரதிநிதித்துவம் வேண்டும் என்ற கோரிக்கையை அம்பேத்கர் எதிர்த்தார். நிலப்பிரபுக்கள் என்பவர்கள் பழமைவாதத்தை ஆதரித்துக் கொண்டு அதன் மூலம் சுதந்திரம் மற்றும் முன்னேற்றம் போன்றவற்றின் லட்சியங்களுக்கு ஊறு விளைவிப்பதால் அவர்களுக்கு சிறப்பு பிரதிநிதித்துவம் கொடுக்கக் கூடாதென்று வாதிட்டார்.

அம்பேத்கரின் உரையானது மாநாட்டில் கலந்துகொண்ட மன்னர்கள் மற்றும் பிரபுக்களின் பிரதிநிதிகளிடம் பலத்த எதிர்ப்பைத் தோற்றுவித்தது. சமஷ்டி சட்ட மன்றத்திற்கான தங்களுடைய பிரதிநிதிகளை நியமனம் மூலம்தான் அனுப்ப

முடியுமென்று அவர்கள் வாதிட்டனர். அடுத்த நாள் காலையில் காந்திஜி மீண்டும் பேசினார். இந்த மாநாட்டில் இந்திய மக்களால் தேர்ந்தெடுக்கப்பட்ட பிரநிதிகள் அல்ல, அவர்கள் இங்கிலாந்து அரசாங்கத்தினால் தேர்ந்தெடுக்கப்பட்டவர்கள் என்று கூறிய காந்திஜி சமஷ்டி சட்டமன்றங்களில் மாநிலங்களின் பிரதிநிதித்துவம் குறித்து அம்பேத்கர் கூறிய கருத்தைப் பொதுவாக தான் ஆதரிப்பதாகக் கூறினார்.

ஆனால் தாழ்த்தப்பட்ட மக்களுக்கு சிறப்பு பிரதிநிதித்துவம் கொடுக்கப்பட வேண்டுமென்ற கோரிக்கையை காந்திஜி ஏற்க மறுத்தார். "தாழ்த்தப்பட்டவர்கள் என்பவர்கள் இந்து மதத்தை சேர்ந்தவர்களாதலால் அவர்களுடைய உரிமைகளைப் பாதுகாக்கும் நிலையில் இந்திய தேசிய காங்கிரஸ் இருக்கிறது. எனவே அவர்களுக்கு மேலும் ஏதாவது சிறப்பு பிரதிநிதித்துவம் கொடுப்பதை நான் மிகப் பலமாக எதிர்ப்பேன்" என்று காந்திஜி கூறினார்.

காந்திஜியின் இந்தப் பேச்சானது தாழ்த்தப்பட்ட மக்களுக் கெதிரான காந்திஜியின் - காங்கிரஸின் போர்ப்பிரகடனமே தவிர வேறில்லை என்று அம்பேத்கர் கருதினார்.

இந்தியாவின் எதிர்கால அரசியல் சட்ட அமைப்பை உருவாக்குவதற்கென்று நியமிக்கப்பட்ட இந்த அமைப்புக் குழுவில் காரசாரமான நீண்ட விவாதங்கள் நடைபெற்றன. கருத்துப்பரிமாற்றங்கள் செய்யப்பட்டன. தலைசிறந்த வழக்கறிஞர்களில் ஒருவரான பாரிஸ்டர் டாக்டர் அம்பேத்கர் உலகின் அரசியல் சட்ட வரலாற்றையும் எதிர்கால இந்தியாவின் அரசியல் சட்ட உருவாக்கம் குறித்து ஏராளமான விவரங்களை இந்தக் குழுவிற்கு எடுத்துரைத்தார். அவருடைய பன்முகப்பட்ட திறமைக்குப் பாராட்டுக்கள் பல குவிந்தன.

சிறுபான்மைக் குழுவானது செப்டம்பர் 28-ஆம் தேதி தன் பணியைத் துவக்கியது. அதையொட்டி காந்திஜியும் அம்பேத்கரும் சந்தித்துப் பேசினார். அம்பேத்கர் தனது நிலையை எடுத்துரைத்தார். அதைக் கேட்ட காந்திஜி, அம்பேத்கரின் கோரிக்கைகளை மற்றவர்களும் ஏற்றுக்கொண்டால் தானும் அதற்குச் சம்மதிப்பதாக மட்டும் கூறினார்.

சிறுபான்மைக் குழுவின் கூட்டம் செப்டம்பர் 28-ஆம் தேதி அன்று இங்கிலாந்தின் பிரதமரால் தொடக்கி வைக்கப்பட்டது.

காந்திஜி அன்றிரவில் முஸ்லீம் லீக் பிரதிநிதிகளைச் சந்திக்க விரும்புவதால் மாநாட்டை ஒத்திவைக்க வேண்டுமென்று ஆகாகான் கோரினார். இதை பண்டிட் மதன்மோகன் மாளவியா ஆதரித்தார். காந்திஜிக்கும் முஸ்லீம் லீக் தலைவர்களுக்கிடையே ரகசியப் பேச்சுவார்த்தைகள் நடைபெற்று வருவதை அறிந்த டாக்டர் அம்பேத்கர் ஒரு எச்சரிக்கை விடுத்தார்; ரகசியப் பேச்சு வார்த்தைகள் நடைபெறுவதை தான் ஆட்சேபிக்கவில்லையென்றும் ஆனால் தாழ்த்தப்பட்ட மக்களின் விதியைத் தீர்மானிப்பதை காங்கிரஸ்காரரர்களிடம் தான் விட முடியாது என்றும் காங்கிரஸ் காரர்கள் மற்றும் முஸ்லீம் தலைவர்களிடையே ஏற்படும் எந்தவொரு உடன்பாடும் தன்னையோ தாழ்த்தப்பட்ட மக்களையோ கட்டுப்படுத்த முடியாது என்றும் அம்பேத்கர் தெளிவாகக் கூறினார்.

காந்திஜியின் வேண்டுகோளுக்கிணங்க சிறுபான்மைக் குழுவின் கூட்டம் பலமுறை ஒத்தி வைக்கப்பட்டது. முஸ்லீம் தலைவர்கள் முன்வைத்த 14 கோரிக்கைகளையும் காந்திஜி ஏற்றுக் கொண்டு ஒன்றாயிருந்த பஞ்சாப் மாநிலத்திலும் வங்காள மாநிலத்திலும் முஸ்லீம்கள் பெரும்பான்மைக்கு காந்திஜி சம்மதித்தார். ஆனால் முஸ்லீம் தலைவர்களுக்கும் சீக்கிய தலைவர்களுக்குமிடையிலான பேச்சுவார்த்தை வெற்றி பெறவில்லை. அக்டோபர் 8-ஆம் தேதியன்று பேச்சுவார்த்தை தோல்வியடைந்து விட்டதாக சிறுபான்மைக் குழுவில் காந்திஜி அறிவித்தார். இந்தக் கூட்டத்தை காலவரையின்றி ஒத்திவைக்க வேண்டுமென்று கோரினார். டாக்டர் அம்பேத்கர் அதைக் கடுமையாக எதிர்த்தார். வகுப்புப் பிரச்சினையை அந்தக் குழு தீர்க்க வேண்டும் அல்லது அதற்கான தீர்வை உருவாக்கும் பொறுப்பை இங்கிலாந்து அரசாங்கம் ஏற்க வேண்டுமென்று அவர் கோரினார். ஏமாற்றமும் கவலையும் கொண்ட அம்பேத்கர் "இன்றுள்ள சூழ்நிலையில் அதிகார மாற்றம் செய்வது குறித்து தாழ்த்தப்பட்ட மக்கள் ஆர்வமாயில்லை. அதிகாரமாற்றம் செய்ய அரசாங்கம் விரும்பினால் அதிகாரம் என்பது ஒரு கோஷ்டியிடமோ, பணக்கார கூட்டத்தினிடமோ சிக்கிவிடாதபடி நிபந்தனை களையும் விதிகளையும் கொண்டதாக இருக்க வேண்டும். அதிகாரமென்பது தங்களுக்குரிய விகிதத்தில் அனைத்து சமூகங்களாலும் பகிர்ந்து கொள்ளப்படக்கூடியதாக இருக்க வேண்டும்." என்று கூறினார்.

முஸ்லீம் தலைவர்களுடன் பேசும் பொழுது அவர்களுடைய 14 அம்சக் கோரிக்கைகளை ஏற்க காந்திஜி நிபந்தனை விதித்தார். தாழ்த்தப்பட்ட மக்கள் மற்றும் இதர சிறிய சிறுபான்மை யினரின் கோரிக்கைகளை முஸ்லீம்கள் எதிர்க்க வேண்டுமென்ற நிபந்தனையை அவர் விதித்தார் என்று (Times of India) பத்திரிகைக்கு அக்டோபர் 12-ஆம் தேதி எழுதிய கடிதத்தில் அம்பேத்கர் குறிப்பிட்டிருந்தார். "காந்திஜி தாழ்த்தப்பட்ட மக்களின் நண்பன் என்ற பாத்திரத்தை வகிக்கவில்லை என்பது மட்டுமல்ல, நேர்மையான எதிரி என்ற பாத்திரத்தையும் அவர் வகிக்கவில்லை" என்று அம்பேத்கர் அக்கடிதத்தில் கூறினார்.

இரண்டாவது வட்டமேஜை மாநாடு தோல்வியுற்றதால் ஜனவரி 29-ஆம் தேதியன்று டாக்டர் அம்பேத்கரும் ஷௌகத் அலியும் பம்பாய்க்குத் திரும்பினார். தாழ்த்தப்பட்ட மக்கள் அவ்விருவருக்கும் உற்சாக வரவேற்பளித்தனர். 114 சங்கங்கள் அந்த வரவேற்பில் பங்குகொண்டனர். டாக்டர் அம்பேத்கர் தாழ்த்தப்பட்ட மக்கள் நடத்திய பல மாநாடுகளில் கலந்து கொண்டார். 2-ஆவது வட்ட மேஜை மாநாடு தோல்வியுற்றதால் இங்கிலாந்து அரசாங்கம் வகுப்புவாரிப் பிரதிநிதித்துவம் குறித்து ஒரு அறிக்கையை வெளியிடக் கூடும் என்றும் அதில் தாழ்த்தப்பட்ட மக்களுக்கும் தனி ஒதுக்கீடுகள் இருக்கக்கூடு மென்றும் தகவல்கள் வெளிவரத் தொடங்கின. இதைக் கேள்விப்பட்ட காந்திஜி ஏரவாடா சிறையில் இருந்து, இங்கிலாந்து அரசாங்கம் வலியுறுத்துமானால் வகுப்புவாரிப் பிரதிநிதித்து வத்தை எதிர்த்து தான் சாகும் வரை உண்ணாவிரதம் இருக்கப் போவதாக எச்சரித்தார்.

தாழ்த்தப்பட்ட மக்களுக்கு தனி வாக்காளர் தொகுதி ஒதுக்குவது என்பது இந்து மதத்தில் பிளவை ஏற்படுத்தித் தாழ்த்தப்பட்ட மக்களுக்கும் இதர இந்துக்களுக்குமிடையே பெரும் இடைவெளியை ஏற்படுத்திவிடுமென்று காந்திஜி கருதினார். இதன் காரணமாகவே அவர் அந்தத் திட்டத்தை தீவிரமாக எதிர்த்தார்.

வாக்குரிமைக் குழுவின் (The Franchise Committee) கூட்டத்தில் கலந்துகொள்வதற்காக உடனே அம்பேத்கர் டெல்லிக்குப் பயணமானார். வாக்குரிமைக் குழுவின் தலைவராக லோதியன் பிரபு இருந்தார். டெல்லிக்குப் போகும் வழி நெடுகிலும் பல தொடர்வண்டி நிலையங்களில் அம்பேத்கருக்கு மக்கள்

இனிய வரவேற்பை அளித்தனர். நாசிக், மன்மத், ஜான்சி ஆகிய தொடர்வண்டி நிலையங்களில் அம்பேத்கருக்கு அளிக்கப்பட்ட வரவேற்புகள் எண்ணிலடங்காது.

வாக்குரிமை குழு 1932-ஆம் ஆண்டு பிப்ரவரி மாதத்தின் தொடக்கத்தில் பீகார் மாகாணத்தில் பயணம் செய்தது. எல்லா இடங்களிலும் தீண்டப்படாத வகுப்பு மக்கள் அம்பேத்கரை ஆர்வமுடன் வரவேற்றனர். அதன்பின் வாக்குரிமைக் குழு பாட்னா வழியாக வங்காளத்திற்குச் சென்றது. அம்பேத்கரைத் தொடர்ந்த தீண்டப்படாத இன வகுப்புத் தலைவர்கள் வாக்குரிமைக் குழுவின் முன் சாட்சியம் அளித்தனர். அவர்கள் தனி வாக்காளர் தொகுதி முறை வேண்டுமென்று வற்புறுத்தினார்கள். இட ஒதுக்கீட்டுடன் கூடிய கூட்டு வாக்காளர் தொகுதியில் போட்டியிடும் தீண்டப் படாத வகுப்பு வேட்பாளர்கள் பெரும்பான்மையினராக உள்ள சாதி இந்துக்களின் ஏவல் பணிபுரிபவர்களாகச் செயல்பட வேண்டியிருக்கும். அவர்களுடைய வாக்குகளைப் பெற வேணடுமென்பதற்காக அவர்களின் தீய சூழ்ச்சிகளுக்குத் துணைபோக வேண்டியிருக்கும்; அல்லது பெரும்பான்மை சமூகத்தின் கையாளாக இருக்கக்கூடிய தீண்டப்படாதவர் தேர்ந்தெடுக்கப்படக்கூடும் என்ற காரணங்களைக் காட்டி, கூட்டு வாக்காளர் தொகுதி முறையை அவர்கள் எதிர்த்தார்கள். கூட்டு வாக்காளர் தொகுதி முறை வெற்றிகரமாகச் செயல்பட வேண்டுமானால் பெரும்பான்மையினராக உள்ள சாதி இந்துக்களிடம் பெருந்தன்மை உருவாக வேண்டும் என்பது ஒரு முன்தேவையாக உள்ளது என்று தீண்டப்படாத வகுப்புத் தலைவர்கள் பலரும் கருத்துக் கூறினார்கள்.

வாக்குரிமைக் குழு வைசிராய் மாளிகையில் கூடியது. அடிப்படை உரிமைகளை அனுபவிப்பதற்குத் தடையாக விளங்குகிற தீண்டப்படாதவர்களுக்கு எதிரான சமூக விலக்க நடைமுறையைத் தூண்டினாலோ அல்லது அதற்கு ஆதரவு அளித்தாலோ அதற்குத் தண்டனை அளிக்கின்ற வகையிலான ஒரு விதியை இந்தியக் குற்றவியல் தண்டனைச் சட்டத்திலோ அல்லது எதிர்கால அரசியல் சட்டத்திலோ சேர்க்கவேண்டும் என்று தீண்டப்படாதவர்களின் சார்பாக அம்பேத்கர் வேண்டினார். வாக்குரிமைக் குழு அக்கருத்தை ஏற்றது.

1932 ஆகஸ்ட் மாதம் 4-ஆம் தேதியன்று இங்கிலாந்து பிரதமர் வகுப்புவாரி பிரதிநிதித்துவம் குறித்து தாழ்த்தப்பட்ட மக்களுக்காக

தனி வாக்காளர் தொகுதி ஒதுக்கப்படும் என அறிவித்தது. தனி வாக்காளர் தொகுதி என்று கூறும்போது அந்தத் தொகுதியில் வாக்காளர்கள் அனைவரும் தாழ்த்தப்பட்ட மக்களாகவே இருப்பார்கள். அதே போல் ஐரோப்பியர் தொகுதி என்பதும் முஸ்லீம் தொகுதி என்பதும், சீக்கியர் தொகுதி என்பதும், கிருஸ்துவ தொகுதி என்பதும் அவற்றை சேர்ந்த மக்களையே கொண்டிருந்தன.

தாழ்த்தப்பட்ட மக்களுக்குத் தனி வாக்காளர் தொகுதி ஒதுக்கப்பட்டதைக் கண்டு கோபமடைந்த காந்திஜி ஏற்கெனவே அறிவித்தபடி செப்டம்பர் 20-ஆம் தேதி சாகும்வரை உண்ணா விரதத்தைத் துவங்கினார். இது நாடு முழுவதும் மக்களிடையே ஆழ்ந்த கவலையை ஏற்படுத்தியது. இந்துமதம் துண்டாக்கப் படுவதைக் கண்ணால் பார்ப்பதைவிடத் தன் உயிரை விடுவதே மேல் என்று காந்திஜி கூறினார்.

தேசமக்கள் அனைவருடைய கண்ணும் கருத்தும் டாக்டர் அம்பேத்கரை நோக்கியிருந்தன. தேசிய உணர்ச்சியில் ஈடுபட்ட மக்கள் அம்பேத்கரை துரோகியென்று கூற ஆரம்பித்தனர். காந்திஜியின் உண்ணாவிரதம் அண்ணல் அம்பேத்கருக்கு வருத்தத்தையும், கோபத்தையும் ஏற்படுத்தியது. இந்த இக்கட்டான நிலைமையைத் தவிர்க்க பண்டித மதன்மோகன் மாளவியா ஒரு கூட்டத்தைக் கூட்டினார். கூட்டத்திற்கு அண்ணல் அம்பேத்கர் அழைக்கப்பட்டார். கூட்டத்தில் அவர் தெரிவித்த கருத்துகளாவன. காந்திஜியின் உயிரைக் காப்பாற்றுவது ஒவ்வொருவருடைய கடமைதான் என்றாலும் குறிப்பிட்ட திட்டத்திற்கு மாற்றுத் திட்டம் ஒன்றையும் காந்தியடிகள் அறிவிக்காத போது தன்னால் கூறுவதற்கு ஒன்றும் இல்லை என்றார்.

“தாழ்த்தப்பட்ட மக்களுக்கு தனித் தொகுதி கொடுத்தால் ஏதோ ஒரு பெரிய ஆபத்து ஏற்பட்டுவிடுமென்று மகாத்மா காந்தி நினைப்பது முற்றிலும் கற்பனையே. முகமதியர்களுக்கும் சீக்கியர் களுக்கும் தனித் தொகுதி கொடுக்கப்படும்போது தாழ்த்தப்பட்ட மக்களுக்கு தனித்தொகுதி கொடுத்தால் இந்து மதம் மட்டும் துண்டிக்கப்படும் என்று கூறுவதில் என்ன நியாயம் இருக்கிறது.

தாழ்த்தப்பட்டோர் நலனைக் கருதுகிறவர்களை அவர்களுக்கு அரசியல் சட்டத்தில் எவ்வளவு அரசியல் உரிமைகள் பெற்றுத்தர முடியுமோ அதைச் செய்யவேண்டும். ஆனால் காந்திஜியின்

கண்ணோட்டம் வேறு விதமாக இருக்கின்றது. இதை நான் புரிந்துகொள்ள முடியவில்லை. தாழ்த்தப்பட்ட மக்கள் தங்களைத் தாங்களே காப்பாற்றிக் கொள்ள முடியாத நிலையில் இருக் கின்றனர். எந்த மதத்தைச் சார்ந்துள்ளனரோ அந்த மதம் அவர்களைக் காப்பாற்றுவதற்குப் பதிலாகப் பெருவியாதி பிடித்தவர்களைப் போல் அவர்களை ஒதுக்கித் தள்ளியுள்ளது. பொருளாதாரத் துறையில், மேல் சாதி இந்துக்கள் தயவில்லாமல் அவர்களுக்கு வேலையும் கிடைக்காது, அவர்கள் உயிர் வாழவும் முடியாது. இந்நிலையில் தாழ்த்தப்பட்டோர் ஓரளவாவது முன்னேற வேண்டுமானால் அரசியல் அதிகாரத்தில் ஏதோ ஓரளவாவது உரிமை பெற வேண்டும்.

காந்தி தன் உண்ணாவிரதத்தின் மூலம் சாதி இந்துக்களின் வெறியைத் தூண்டி அவர்களுக்கும் தீண்டத்தகாதவர்களுக்கு மிடையே ஒரு பெரிய இடைவெளியை ஏற்படுத்துவார் என்று நான் அச்சப்படுகின்றேன். காந்திஜி ஏதாவது ஒரு புதிய யோசனையையோ திட்டத்தையோ முன்வைத்தால் அதை நான் பரிசீலிக்கத் தயாராக இருக்கிறேன். அவர் தயவுசெய்து தன் உயிரைக் காப்பாற்றிக் கொள்ள வேண்டும். ஆனால் அதற்காக தாழ்த்தப்பட்டவர்களைக் குழியில் தள்ளவேண்டும் என்ற நிலையை ஏற்படுத்தக் கூடாது என்று காந்திஜியை கேட்டுக் கொள்கிறேன்" என்றார் அம்பேத்கர்.

காந்தியின் உண்ணாவிரதம் நாடு முழுவதும் பரபரப்பை ஏற்படுத்தியது. அவர் தன் உண்ணாவிரதத்தை நிறுத்திக் கொள்ள வேண்டுமென்று பல தலைவர்கள் வேண்டுகோள் விடுத்தனர். காந்திஜியின் உயிர் காப்பாற்றப்பட வேண்டுமென்றால் வகுப்பு வாரிப் பிரதிநிதித்துவத் தீர்ப்பு திருத்தப்பட வேண்டும் என்ற நிலைமை ஏற்பட்டது. டாக்டர் அம்பேத்கர் சம்மதமில்லாமல் அதைச் செய்யமுடியாது. எனவே ராஜாஜி, எம்.ஆர்,ஜெய்கர், ஜி.டி.பிர்லா போன்றோர் டாக்டர் அம்பேத்கரைச் சந்தித்துப் பேசினர். காந்திஜியை சிறைக்கு வந்து சந்திக்கும்படி அம்பேத் கரைக் கேட்டுக்கொண்டனர்.

இறுதியாக டாக்டர் அம்பேத்கர் கேட்டுக் கொண்டதற் கிணங்க தாழ்த்தப்பட்டோர்களுக்கு மாகாண சட்டசபைகளில் 148 இடங்கள் கொடுப்பதாகவும், மத்திய சட்டசபையில் பிரிட்டிஷ் இந்தியாவில் இந்துக்களுக்கென உள்ள மொத்த இடங்களில் 10 விழுக்காட்டை அளிப்பதாக முடிவுசெய்யப்பட்டது. மேலும் இந்த

ஒதுக்கப்பட்ட தேர்வு முறை எத்தனை ஆண்டுகள் இருக்க வேண்டும் என்ற கருத்துக்கணிப்புக்கு முடிவு ஏதும் ஏற்படாமல் அண்ணல் அம்பேத்கருக்கும் மகாத்மாகாந்திக்கும் பூனாவில் உள்ள ஏரவாடா சிறையில் 1932-ஆம் ஆண்டு செப்டம்பர் 24-ஆம் தேதி ஒரு ஒப்பந்தம் ஏற்பட்டது. இது வரலாற்று சிறப்புமிக்க 'பூனா ஒப்பந்தம்' என்று அழைக்கப்படுகிறது.

தாழ்த்தப்பட்ட மக்களின் சார்பில் டாக்டர் அம்பேத்கரும், உயர்சாதி இந்துக்களின் சார்பில் பண்டிதர் மாளவியாவும் கையெழுத்திட்டார்கள். ராஜாஜி, ராஜேந்திர பிரசாத், சாப்ரு போன்ற பெருந்தலைவர்களும் அதில் கையெழுத்திட்டனர். ஒப்பந்தம் நல்லபடியாக நிறைவேறியதில் மிகுந்த மகிழ்ச்சி யடைந்த மூத்த தலைவர் ராஜாஜியும், டாக்டர் அம்பேத்கரும் ஒப்பந்தம் ஏற்பட்டதன் நினைவுப் பரிசாகத் தங்கள் பேனாக்களை பரிசாகக் கொடுத்துக் கொண்டனர்.

'பூனா ஒப்பந்தம்' பற்றி பிரிட்டிஷ் அரசுக்கு செய்தி கொடுக்கப்பட்டது. செப்டம்பர் 26 பூனா ஒப்பந்தத்தை அங்கீ கரித்து பிரிட்டிஷ் அரசு ஆணை பிறப்பித்தது. அன்று மாலை ஏரவாடா சிறையில் பிரார்த்தனை முடிந்தபின், காந்தியடிகளுக்கு ஜூஸ் கொடுக்க மகாத்மா தன் உண்ணாவிரதத்தை முடித்துக் கொண்டார்.

✱

6. மதமாற்றம்

ராஜகிருஹா

புத்தகங்களின் மீது அம்பேத்கருக்கு உள்ள ஆர்வம் இந்தியர் அனைவரும் பெருமைப்படத்தக்கதாகும். தனி மனிதர்கள் தங்கள் சொந்த உபயோகத்திற்காக வைத்திருந்த நூல் நிலையங்களில் அம்பேத்கருடையது தான் மிகப்பெரிய நூல்நிலையமாகும். அரசியல் சட்டம் உருவாக்கும்போது தனது சொந்த செலவில் ஆயிரக்கணக்கான ரூபாய்கள் செலவழித்து புத்தகங்கள் வாங்கினார். எந்த ஊருக்குச் சென்றாலும் கிடைத்தற்குரிய நூல்களைத் தேடிக் கண்டுபிடித்து வாங்குவதுதான் அவருக்கு இன்றியமையாத ஒன்று. தனது பங்களாவைக் கட்டுவதற்காகக் கட்டடக்கலை சம்பந்தமாக ஏராளமான நூல்களை வாங்கினார். லண்டன் மியூசியத்தில் உள்ளது போல, நியூயார்க் நூலகம் இருக்கும் கட்டடம் போலவும் கட்டினார். அந்த அழகான மாளிகைக்கு 'ராஜகிருஹா' என்றும் பெயர் சூட்டினார். புத்தகங்களை வைப்பதற்காக நூலகம் கட்டப்பட்டது. மாளிகையின் கீழ்ப் பகுதியில் அன்னை ரமாபாய் இருப்பதற்கும், மாடியில் தன் நண்பர்களுடன் இருப்பதற்கும் அமைக்கப் பட்டிருந்தது. அம்பேத்கர் நூல் நிலையத்திற்குள் சென்று விட்டால் தன்னையே மறந்து புத்தகங்களை ஆராய்ந்து, படித்துக் கொண்டிருப்பார். 1934-ஆம் ஆண்டு ராஜகிருஹா-வீடு மும்பை, தாதரில் Hindu Colonyயில் கட்டி முடிக்கப்பட்டது. ராஜகிருஹாவை தேசிய சின்னமாக அரசு கருதவேண்டும் என்ற கோரிக்கை இன்றும் நிறைவேறாமல் உள்ளது.

மனைவியின் மறைவு

அம்பேத்கருக்கு 27-5-1935-ஆம் நாள் வாழ்க்கையில் மறக்க முடியாத ஒரு துக்கநாள். அன்றுதான் அம்பேத்கரின் மனைவி ரமாபாய் காலமானார். மனைவியினுடைய மரணம் அவரை மீளாத் துயரத்தில் ஆழ்த்தியுள்ளது. மனைவியை நினைத்து ஒரு

வாரம் வரை அழுது கொண்டே இருந்தார். அவரை யாராலும் தேற்றமுடியவில்லை. தலையை மழித்துக் கொண்டார். காவி உடை உடுத்தினார். பல மாதங்கள் வரை அவர் சோகத்தில் தத்தளித்தார். அம்பேத்கர் உயர் படிப்புக்கு மேல் நாடுகளில் வாழ்ந்தபோது குடும்பத்தை சீரோடும், சிறப்போடும் கட்டிக் காத்தவர் ரமாபாய். மனைவியின் இறப்பிற்குச் சில நாட்களுக்கு முன்னர்தான் அவருக்கு சட்டக்கல்லூரி முதல்வராக பதவி உயர்வு கிடைத்தது. கணவனின் உயர்வு கண்டு மகிழ்ந்த அவ்வம்மையாரின் மனம் சிறிது நாட்களிலேயே தன் பயணத்தை முடித்துக் கொண்டது. மனைவி உயிர் பிரியும் நேரத்தில் அருகிலேயே இருந்தார் அண்ணல் அம்பேத்கர்.

பௌத்தர்கள் யார்?

'தீண்டப்படாதவர்கள்' (The Untouchables) என்ற புத்தகத்தை *1948*-இல் அண்ணல் அம்பேத்கர் எழுதினார். இந்தப் புத்தகத்தில் தீண்டப்படாதவர்கள் பல குழுக்களாக சிதறுண்ட ஏழைமக்கள், (Broken Men) என்றும் இவர்கள் மாட்டிறைச்சியை உண்டதாலும் பௌத்த மதத்தைக் கைவிடாததாலும் மற்றவர்கள் இவர்களை தீண்டப்படாதவர்களாக நடத்தப்பட்டனர். தீண்டாமை கி.பி *400* வாக்கில்தான் உருவெடுத்தது என்றும் கூறியுள்ளார். பார்ப்பனர்களுக்கும் பௌத்தர்களுக்கும் இடையே நடைபெற்ற மேலாதிக்கப் போரில்தான் தீண்டாமை ஏற்பட்டது என்றும் கூறினார் அம்பேத்கர். கர்னல் ஆல்காட் எழுதிய 'ஏழைப் பறையன்' (The poor pariah) என்ற நூலிலும், பாபு நாகேந்திரநாத் பாசு (Nagendranath Basu) எழுதிய "ஒரிசாவில் நவீன பௌத்தமும் அதைப் பின்பற்றுவோரும்" (Modern Buddhism and its followers in Orissa) என்ற நூலிலும் இந்து மதத்தின் மேலாதிக்கத்தை ஏற்காத பௌத்தர்களே தீண்டப்படத்தகாதவர்கள் என்று குறிப்பிடப்பட்டுள்ளது என்பதை நாம் மனதில் கொள்ள வேண்டும்.

அம்பேத்கர் திடீரென இந்து மதத்திலிருந்து விலகி வேறொரு மதத்தில் சேரவிருக்கிறார் என்ற பத்திரிகைகளில் வெளியான ஒரு செய்தி அனைவரையும் அதிர்ச்சிக்குள்ளாக்கியது. 'மதமாற்றச் செய்தி' பொய்யாக இருக்க வேண்டும் என்றுதான் பெரும்பாலோர் விரும்பினர்.

1935-இல் டாக்டர் அம்பேத்கர் அவர்கள் "இந்து மதத்தில் நான் தாழ்த்தப்பட்டவனாகப் பிறந்தது என் துரதிர்ஷ்டம், அதைத்

தடுப்பதற்குரிய சக்தி என்னிடம் இல்லை, ஆனால் இறப்பது என் கையில் இருக்கிறது. எனவே, நிச்சயமாக நான் ஒரு இந்துவாக இறக்கமாட்டேன்" என்று தாழ்த்தப்பட்ட மக்களின் மாநாட்டில் முழங்கினார் அம்பேத்கர். அத்துடன் "உயர்சாதி இந்துக்களுக்கு எதிராக இனிப் போராட்டங்கள் எதுவும் நடத்த வேண்டிய அவசியமில்லை" என்றும் தம் மக்களுக்கு அறிவித்தார். அம்பேத்கரின் அறிவிப்பு, நாடெங்கிலும் ஒரு பரபரப்பை ஏற்படுத்தியது.

"தாழ்த்தப்பட்ட மக்களின் சார்பாக உயர்சாதி இந்துக்கள் எதிர்த்துப் போராட காங்கிரஸ் கட்சியில் உள்ள மூத்தத் தலைவர்களாலும் முடியவில்லை. மதம் மாறுவதால் என்ன பலன் கிடைக்கப் போகிறது என்று என்னை பலர் கேட்கிறார்கள் அவர்களுக்கு என் பதில் இந்தியாவுக்குச் சுதந்திரம் கட்டாயம் தேவை என்பது மாதிரி மதமாற்றம் தாழ்த்தப்பட்டவர்களுக்கு தேவையான ஒன்று என்று உணர்ச்சிவசப்பட்டுப் பேசினார்.

1936 ஜூன் மாதம் புத்த மதத்தைச் சார்ந்த இத்தாலி நாட்டின் சுவாமி லோகநாதா (Rev. Lokanatha) என்பவர் அம்பேத்கரை அவரது இல்லத்தில் வந்து சந்தித்து புத்தமதக் கோட்பாடுகளை விளக்கி புத்த மதத்தில் சேரும்படி அழைப்பு விடுத்தார். அம்பேத்கரும் ஆர்வத்துடன் இருப்பதாகவும் பத்திரிகைகளுக்குத் தெரிவித்து அவர் பம்பாயிலிருந்து இலங்கைக்குச் சென்றார்.

அம்பேத்கர் இந்து மதத்தைவிட்டு வேறு மதத்துக்கு மாற முடிவெடுத்துவிட்டார் என்ற செய்தி உயர்சாதி இந்துக்களுக்குத் தெரிய வந்தது. இதனால் மைசூர் மாநில அரசு, ஆடம்பரமாகக் கொண்டாடும் தசரா விழாவில் தாழ்த்தப்பட்ட மக்களும் கலந்து கொள்ளலாம் என்ற முதல் அழைப்பை அறிவித்தது. இதையடுத்து திருவாங்கூர் அரசு தன் நிர்வாகத்தின் கீழ் உள்ள கோயில்களில் தாழ்த்தப்பட்ட மக்கள் தாராளமாக வந்து கடவுள் தரிசனம் செய்யலாம் என்று ஓர் ஆணை பிறப்பித்து அமல் செய்தது. சரித்திர முக்கியத்துவம் வாய்ந்த இந்த நிகழ்ச்சிக்கு மிகுந்த அக்கறை எடுத்துச் செயல்படுத்தியவர் என்ற வகையில் சர்.சி.பி. ராமஸ்வாமி ஐயரை இந்திய மற்றும் வெளிநாட்டுப் பத்திரிகைகள் புகழ்ந்து எழுதின.

நாட்டுக்கு தீங்கிழைக்காத வகையில்தான் என் வழியை நான் மேற்கொள்வேன். அதன் வகையில் புத்த நெறியைத் தேர்ந்தெடுத்து ஒரு மிகப் பெரிய நன்மையை நாட்டுக்கு

அளித்துள்ளேன். ஏனெனில் புத்த நெறி பாரத நாட்டிலேயே பிறந்து வளர்ந்த ஒன்று. இந்த நாட்டின் பாரம்பரியத்தையும் நலத்தையும் பாதிக்காத வகையில் மதமாற்றம் செய்யவேண்டும் என்ற வகையில் நான் மிகவும் கவனமாக இருந்தேன். இந்து மதத்தில் இருந்த சாதி இழிவும் தீண்டாமையும் எள்ளளவும் இல்லாத எல்லா உயிரினங்களும் ஒன்று என்னும் இனிய புத்தமதம் மாற எண்ணினார்.

பௌத்தமத வளர்ச்சிப்பணி

அம்பேத்கருக்கு பௌத்த மதத்தின் மீது ஏற்பட்ட பற்று அதிகமாயிற்று. பிறந்த நாட்டில் அழிந்து போன பௌத்த மதத்தை மீண்டும் மக்களிடையே பரப்ப தீவிர முயற்சிகள் எடுத்துக் கொண்டார். ரங்கூனில் நடந்த, புத்த ஜெயந்தி விழாவில் அவர் பேசுகையில் பர்மாவும், இலங்கையும் பௌத்த மதத்தைப் பிற நாடுகளில் பரப்ப வேண்டும் என்று கூறினார். இம்முயற்சியில் தாம் முழு அளவில் ஈடுபடப்போவதாகவும் கூறினார். இந்தியா திரும்பியதும் ரங்கூனில் இருந்து கொண்டு வந்த புத்தரின் உருவச் சிலையை டெல்லியில் புதிதாகக் கட்டப்பட்ட பௌத்த விகாரில் வைத்தார்.

அவர் பதவியில் இருந்த காலத்தில் இந்தியாவில் பௌத்த மத வளர்ச்சிக்காக அவர் செய்த சேவைகளை இங்குக் குறிப்பிட வேண்டியது அவசியமாகும். பாலி மொழி கற்றுக் கொடுப்பதற்கு அரசியல் சட்டத்தில் வகைசெய்தார். அசோக சக்கரத்தை அரசாங்க முத்திரையில் இடம் பெறச் செய்வதில் பங்கு கொண்டார். புத்த ஜெயந்திஅன்று விடுமுறை அளிக்க ஏற்பாடு செய்தார். தனது முயற்சியால் கட்டிய கல்லூரிக்கு 'சித்தார்த்தர் கல்லூரி' என்று பெயர் வைத்தார். பம்பாயிலும், அவுரங்கா பாத்திலும் கட்டப்பட்ட கல்லூரிகளில் படிக்கும் மாணவர்கள் பௌத்த மதக் கொள்கையைக் கற்பதற்கு ஊக்கமளித்தார்.

பெங்களூரில் பௌத்த மத போதனைப் பள்ளி ஒன்று ஆரம்பிக்க அம்பேத்கர் முயற்சி எடுத்துக் கொண்டார். இதற்காக மைசூர் மகாராஜா ஐந்து ஏக்கர் நிலத்தை நன்கொடையாகக் கொடுத்தார்.

இந்த நிலையில் அம்பேத்கரின் உடல்நிலை மேலும் சீர்கெட்டது. ஊன்றுகோல் உதவியுடன் அவர் நடக்க வேண்டிய தாயிற்று. சில சமயங்களில் அவர் சுவாசிக்க கஷ்டப்பட்டார்.

அடிக்கடி அவருக்குப் பிராணவாயு அளிக்கப்பட்டது. குளிர் காலத்தில் சூடாக்கும் கருவிகள் மூலம் அவருடைய உடலுக்கு வெப்பம் அளிக்கப்பட்டது. உணவு கொடுப்பதிலும் கட்டுப்பாடுகள் செய்யப்பட்டன. அவரது எடையும் குறைந்தது. இந்தத் தள்ளாத வயதிலும் அவர் கடுமையாக உழைத்து மிகச் சிறந்த மூன்று புத்தகங்களை எழுதி முடித்தார்.

அவை

1. புத்தரும் அவருடைய போதனைகளும் (The Buddha and His Gospel)
2. புத்தரும் கார்ல் மார்க்சும் (Buddha and Karl Marx)
3. இந்தியாவில் நடந்த புரட்சிகளும் எதிர்ப்புரட்சிகளும் (Revolution and Counter Revolution in India)

புத்தரும் அவருடைய போதனைகளும் (Buddha and His Dhamma) என்ற நூலை எழுத அவர் பெரும் முயற்சி எடுத்துக் கொண்டார். பலமுறை இரவெல்லாம் தூங்காமல் கண்விழித்து எழுதினார். பௌத்த தம்மத்தை விளக்கும் நூல்களுள் அது மிகச் சிறந்த நூலாகும். பௌத்த மதத்தில் அம்பேத்கர் சேர்வதற்கான நாள் 14.10.1956 என்று குறிப்பிடப்பட்டது. இது சம்பந்தமாக அவர் ஓர் அறிக்கை வெளியிட்டார். நாக்பூரில் நடக்கும் விழாவில் பௌத்த மதத்தைத் தழுவ முடிவு செய்திருப்பதாகத் தெரிவித்தார். அதன்படி அவரும் அவருடைய மனைவியும் விமானம் மூலம் நாக்பூருக்குப் போய்ச் சேர்ந்தனர். அண்ணலின் விருப்பத்திற்கு இணங்க தாழ்த்தப்பட்ட மக்கள் லட்சக்கணக்கில் நாக்பூருக்கு வந்திருந்தனர். "புத்த பெருமானுக்கு ஜே!" "பாபா சாகிப்பிற்கு ஜே!" என்று கோஷமிட்டுக் கொண்டு ஏராளமான மக்கள் கால்நடையாக நடந்து வந்தார்கள். நகரம் முழுவதும் சிறப்பாக அலங்கரிக்கப் பட்டிருந்தது.

மதமாற்றத்திற்கு முதல் நாள் "குடியரசு கட்சி" என்ற அரசியல் கட்சி ஒன்று ஆரம்பிப்பதாக அறிவித்தார். மறுநாள் இதற்காக அமைக்கப்பட்ட பந்தலுக்கு அம்பேத்கர் தனது மனைவியுடன் சென்றார். இருவரும் வெள்ளையாடை உடுத்தியிருந்தனர். பௌத்த மதத்தைத் தழுவ வந்திருந்த ஆயிரக்கணக்கான தாழ்த்தப்பட்ட மக்களும் வெள்ளை ஆடை உடுத்தியிருந்தனர். இந்த விழாவில் பங்கேற்க ஐந்து லட்சம் மக்கள் திரண்டிருந்தனர். இந்த விழாவை நடத்தி வைக்க நாட்டில் உள்ள முக்கியமான பௌத்த பிக்குகள்

வந்திருந்தனர். புத்த பெருமான் மகா பரிநிர்வாணம் அடைந்த குசிநாரா என்ற இடத்தைச் சேர்ந்த முதிய பிக்கு சந்திரமணி மதமாற்ற சடங்குகள் செய்வதற்கு வந்திருந்தார். இந்த மதமாற்ற நிகழ்ச்சியை அம்பேத்கரால் ஆரம்பிக்கப்பட்ட பாரதிய பௌத்த ஜன சங்கம் (Bharathiya Boudha Jana Samithi) ஏற்பாடு செய்தது. அப்போது காட்போலே (W.M. Godbole) என்பவர் அதன் செயலாளராக இருந்தார்.

புத்த சரணம் கச்சாமி; தம்மம் சரணம் கச்சாமி; சங்கம் சரணம் கச்சாமி. என்ற மூன்று சரணங்களையும் பஞ்ச சீலங்களைக் கடைபிடிப்பதற்காகக் கூறும் மந்திரங்களையும் ஓதி மாமேதை அம்பேத்கரும் அவருடைய மனைவியும் **1956-ஆம்** ஆண்டு அக்டோபர் மாதம் **14-ஆம்** நாள் விஜயதசமி அன்று சரியாக காலை *9.00 - 11.00* மணியளவில் நாக்பூரில் ஐந்து லட்சம் மக்களோடு பௌத்த மதம் தழுவினார். (அக்டோபர் 14-ஆம் நாள் அண்ணல் அம்பேத்கரின் தந்தையின் நினைவு நாளாகும்). அவர் மதம் மாற்றிய ஆண்டு, நாள் மற்றும் இடம் ஆகியவை வரலாற்று சிறப்பம்சம் கொண்டவை. அண்ணல் மதம் மாறியபோது 22 உறுதிமொழிகளை ஏற்றுக்கொண்டார்.

அண்ணல் அம்பேத்கருக்கும் அவருடைய மனைவிக்கும் புத்தர் உருவச் சிலை ஒன்று பரிசாகக் கொடுக்கப்பட்டது. அம்பேத்கர் பௌத்த மதத்தில் சேர்ந்துவிட்டதாக அறிவிக்கப் பட்டது. அம்பேத்கருடன் பௌத்த மதத்தைத் தழுவியவர்களுள் நாகபுரி ஐகோர்ட் முன்னால் நீதிபதி நியோகி (Niyogi) என்பவரையும் குறிப்பிட வேண்டும்.

அந்த விழாவிற்கு பிரதமர் நேரு, டாக்டர் ராதாகிருஷ்ணன், இராஜாஜி, டாக்டர் ராஜேந்திர பிரசாத் போன்றவர்களிடமிருந்து வாழ்த்துச் செய்திகள் வரவில்லை, பர்மா பிரதமர் (U.Ba. Sway) யு.பா.ஸ்வே பர்மாவின் முன்னால் பிரதமர் யூ.நூ (U. Nu) கல்கத்தாவைச் சேர்ந்த டாக்டர் அரவிந்த் பருவா, கொழும்புவைச் சேர்ந்த H.W. அமர் சூரியா ஆகியோரிடமிருந்து வாழ்த்துச் செய்திகள் வந்திருந்தன. விழாவில் அம்பேத்கர் பேசுகையில், தான் இந்துவாகப் பிறந்தாலும் இந்துவாக சாகமாட்டேன் (Even though, I am a Hindu born, I will not die a Hindu) என்று கூறியதை சுட்டிக்காட்டி தனது சொல் நிறைவேறியதைக் கண்டு மகிழ்ச்சி அடைவதாகக் கூறினார். மற்ற பேச்சாளர்கள் இந்த நிகழ்ச்சிகளை 'நவீன காலத்தில் இந்தியாவில் நடந்த பெரும் மதப்புரட்சி' என்று கூறினார்கள்.

புத்தரின் போதனைகள் என்றும் புகழுடையவை. புத்தரின் போதனைகள் நேரத்திற்கும் காலத்திற்கும் ஏற்றாற்போல் மாறும் தன்மையுடையவை, மற்ற மதங்களின் போதனைகள் இது போல் இல்லை. அண்ணல் தன் மதமாற்றத்திற்கு உரிய மதத்தைத் தேர்ந்தெடுப்பதற்கு சுமார் 20 ஆண்டுகள் ஆயின. அந்தக் காலத்தில் அண்ணல் பல்வேறு மதங்களை ஆய்வுசெய்து இந்தியாவில் தோன்றிய மிகவும் பகுத்தறிவு மிக்க பௌத்த மதத்தை தேர்ந்தெடுத்தார். பௌத்த மதத்தைப்பற்றி BBC, லண்டன், 1956-ஆம் ஆண்டு மே மாதம் கீழ்க்கண்டவாறு கூறினார். I prefer Buddism, because it gives three principles in combination, which no other religion does. Buddism teaches Prajna (understanding as againt supersition and supernaturalism) Karuna (love) and samata (equality). This is what man wants for a happy and good life. (Dhananjay Keer Dr. Babasahab Ambedkar: Life and Mission, Popular Prakashan, Bombay 2012. P. 490)

புத்த நெறியையே நான் போற்றுகிறேன். ஏனெனில் எம்மதத்திலும் இல்லாத மூன்று கொள்கைளை அது போதிக்கிறது. அதாவது பிரஜ்னா (மூட நம்பிக்கை) இயற்கைக்கு மாறுபட்டவை முதலியவற்றை ஒழித்தல், கருணா (சீலம்) மற்றும் சமதா (சமத்துவம்) ஆகியவற்றைப் போதிக்கிறது.

மனிதனின் மகிழ்ச்சிகரமான வாழ்விற்கு இவைதான் தேவை. கடவுளோ ஆன்மாவோ சமூகத்தைக் காப்பாற்றுவது இல்லை. மற்ற சமயங்கள் கடவுளை வைத்திருக்கும் இடத்தில் பௌத்தத்தில் அறநெறி (Dhamma) வைத்திருக்கிறது. புத்த நெறியில் கடவுள் என்பதன் அடிப்படையே இல்லை. வழிபாடு, யாத்திரை, சடங்குகள், யாகம் முதலியவை புத்த நெறியில் அறவேயில்லை. மனிதன் யோக்கியனாய் நடக்க வேண்டுமென்பது தன்னைத்தான் அழிவிலிருந்து காத்துக் கொள்வதற்கே தவிர கடவுளைத் திருப்திப்படுத்த அல்ல.

எனது சமூக இயல் தத்துவம் மூன்றை அடிப்படையாகக் கொண்டது. அவை: சுதந்திரம், சமத்துவம், சகோதரத்துவம். (Liberty, Equality and Fraternity) இக்கொள்கைகளை நான் பிரெஞ்ச் புரட்சியிலிருந்து பெற்றேன் என்று தவறாகக் கருத வேண்டாம். புத்தர் பெருமானிடமிருந்து நான் இவற்றைக் கற்றுக் கொண்டேன் என்று அம்பேத்கர் கூறினார்.

அகிம்சை தவிர வேறு பல புரட்சிகரமான கொள்கைகளையும் புத்தர் போதித்தார். ஆதிக்கமற்ற சமுதாயம், சிந்தனை உரிமை,

பொருளாதார சமத்துவம், அரசியல் உரிமைகள் போன்றவற்றையும் அவர் வாழ்நாள் முழுவதும் பிரசாரம் செய்து பரப்பினார். அனைவருக்கும் மேலாக சமத்துவக் கொள்கையை அவர் தீவிரமாகப் போதித்தார்.

புத்தமதக் கருத்துக்கள் கால ஓட்டத்துக்கும் கருத்து மாற்றத்துக்கும் ஈடுகொடுத்து வளைந்து செல்லக் கூடியது என்பது மற்ற மதங்களுக்கு இல்லாத ஒரு சிறப்பு இது.

புத்தர் பற்றியும், பௌத்தம் குறித்தும் அம்பேத்கர் எழுதத் தொடங்கிய விளக்க நூல் 1956-ஆம் ஆண்டின் தொடக்கத்தில் எழுதி முடிக்கப்படும் நிலையில் இருந்தது. அம்பேத்கர் 1951 நவம்பர் மாதத்தில் இந்நூலை எழுதத் தொடங்கினார். இந்நூலை எழுதிக்கொண்டிருந்தபோதே, இந்நூலினை சரியாகப் புரிந்து கொள்ள உதவும் தன்மையில் "இந்தியாவில் புரட்சியும் எதிர்ப்புரட்சியும்" (Revolution and Counter Revolution in India) என்ற நூலையும் 'புத்தரும் காரல் மார்க்சும்' (Buddha and Karal Marx) என்ற நூலையும் எழுதத் தொடங்கினார். 1956 மார்ச் வரையிலும் புத்தரும் காரல் மார்க்சும் என்ற நூல் எழுதி முடிக்கப்படாமலேயே இருந்தது. இந்நூலை முடித்திட இன்னும் ஒரு அத்தியாயம் மட்டுமே எழுதப்பட வேண்டியிருந்தது. இந்தியாவில் புரட்சியும் எதிர்ப்புரட்சியும் என்ற நூலை முடித்திடவும், அதன் சாராம்சத்திற்கு மேலும் செழுமை சேர்த்திடவும், இன்னும் சில அத்தியாயங்களை எழுத வேண்டியிருந்தது. ஆனால் இவ்விரு நூல்களும் முழுமை பெறாமலேயே நின்று போயின. புத்தரும் அவரது தம்மமும் (Buddha and His Dhamma) என்ற நூல் மட்டும் முழுவதுமாக எழுதி முடிக்கப்பட்டது. 1954 டிசம்பர் மாதம் 3-ஆம் நாள் 'இந்து மதத்தின் புரட்டுகள்' (The Riddle of Hinduism) என்ற நூலை அம்பேத்கர் வெளியிட்டார்.

புத்தர் பற்றியும், பௌத்தம் பற்றியும் அம்பேத்கர் எழுதியவற்றை தட்டச்சு பல தடவை பிழைத்திருத்தம் செய்யப்பட்டது. இது ஒப்பரிய தனிச்செயலாளராக இருந்த நானகச்சந்த் ரட்டு என்பவரும் அம்பேத்கரின் தோழரான பிரகாஷ் சந்த் என்பவரும் இக்கடும் பணியைப் பல மாதங்கள் தொடர்ந்து செய்தனர். ரட்டு அவருடைய இரவு உணவை நள்ளிரவுக்கு முன் உண்டதேயில்லை என்கிற அளவிற்குக் கடுமையாக உழைத்தார்.

❋

7. டாக்டர் அம்பேத்கரின் சமூகப் பொருளாதாரப் பணிகள்

அம்பேத்கரின் 50-ஆவது பிறந்த நாள் விழா

14.4.1942-இல் டாக்டர் அம்பேத்கரின் 50-ஆவது பிறந்த நாளை பம்பாயில் கோலாகலமாக ஒன்பது நாள் கொண்டாடப்பட்டது. பம்பாய் நகரமே விழாக் கோலம் போல் காட்சியளித்தது. அம்பேத்கரின் சேவையை பலர் பாராட்டிப் பேசினார்கள். அவருக்கு பணமுடிப்பு ஒன்றும் வழங்கப்பட்டது. இதற்கு நன்றி தெரிவித்து பேசிய டாக்டர் அம்பேத்கர் அவர்கள் "பிறந்த நாள் கொண்டாடுவதை நான் விரும்பவில்லை, தனிமனிதனை தெய்வமாக்கும் வழக்கத்தைக் கைவிடுங்கள்" என்று கூறினார்.

சுதந்திரத் தொழிலாளர் கட்சி மற்றும் 45 அமைப்புகள் பிறந்தநாள் கொண்டாட்டத்தில் கலந்து கொண்டனர். ஒன்பது நாட்கள் நடந்தவிழாவில் டாக்டர் எம்.ஆர்.ஜெயகர் விழா முடிவில் நடந்த கூட்டத்திற்குத் தலைமை வகித்தார். அவர் தலைமை உரையில், தாழ்த்தப்பட்ட மக்களுக்கு அம்பேத்கர் செய்த சேவையைப் பாராட்டினார். வட்ட மேஜை மாநாட்டின் போதும் பூனா ஒப்பந்தத்தின் போதும் அவர் ஆற்றிய தொண்டு மிகச் சிறப்பானது என்று குறிப்பிட்டார். பம்பாயிலும், இந்தியாவின் இதர பகுதியிலுள்ள பல்வேறு சங்கங்களும், தொழில் அமைப்புகளும் அம்பேத்கருடைய பிறந்த நாளைக் கொண்டாட முற்பட்டன.

பூனாவில் தாழ்த்தப்பட்டோர் உள்ளிட்ட மக்கள் அனைவரும் ஒன்றுதிரண்டு கன்டோன்மெண்ட் வழியாக முக்கிய வீதிகளெல்லாம் ஊர்வலமாகச் சென்று, பொதுக்கூட்டம் நடத்தப்பட்டது. பூனா முனிசிபல் கழகத்திலும் கூட்டம் கூடிற்று. டாக்டர் அம்பேத்கருடைய திறமையை, பாராட்டிப் பேசினார்கள். பூனா ஜில்லா லோகல் போர்டு காரியாலயத்தில் டாக்டர் அம்பேத்கருடைய படத் திறப்புவிழா வெகு விமர்சியாக

நடந்தேறியது. மேலும் உள்நாட்டு மற்றும் வெளிநாட்டு பத்திரிகைகள் டாக்டர் அம்பேத்கருடைய தியாகத்தையும், ஏனைய சிறப்பியல்புகளையும் பற்றிப் பாராட்டி வெகு விமர்சியாக எழுதின.

தேசிய கொடி வடிவமைத்தல்

1947 சூலை *3*-ஆம் நாள் அம்பேத்கர் பம்பாய்க்குத் திரும்பினார். அவர் அரசியல் அமைப்புச் சட்ட அவையின் கொடி வடிவமைப்புக் குழுவில் (Flag Committee) ஓர் உறுப்பினராக இருந்தார். அதனால் மராட்டியத் தலைவர்கள் சிலரும் பம்பாய் மாகாண இந்து மகாசபையின் தலைவர்களும் அம்பேத்கரை அவருடைய இல்லத்தில் சந்தித்தனர். அப்போது அவர்களிடம் அம்பேத்கர் இதில் ஆர்வம் கொண்டவர்களிடமிருந்து நெருக்குதலும் போராட்டமும் பெரிய அளவில் ஏற்பட்டால்தான், கெருவா கொடிக்கு (Geruva Flag) (ஓம் பொறிக்கப்பட்ட காவி நிறக் கொடி) ஆதரவாகப் பேசுவதாக உறுதியளித்தார். ஜுலை 10-ஆம் நாள் பம்பாய் விமான நிலையத்தில் மராட்டியத்தின் பலதரப்புத் தலைவர்களும் அம்பேத்கரை வழியனுப்பி வைத்தனர். விமானத்தில் அம்பேத்கர் அவருடைய இருக்கையில் அமரச் சென்றபோது பம்பாய் நகர இந்து மகாசபையின் தலைவர்களிடம் கெருவா கொடிக்காக போராட்டங்கள் வெடிக்குமாயின் அக்கொடிக்கு ஆதரவாகப் பேசுவதாக அம்பேத்கர் உறுதி கூறினார்.

இந்திய நாட்டின் தேசியக் கொடியை உருவாக்கும் கமிட்டியில் அம்பேத்கரும் ஒரு முக்கிய உறுப்பினர். இது சம்பந்தமான கூட்டத்தில் இந்திய காங்கிரஸ் கட்சியின் மூவர்ணக் கொடியையே சுதந்திர இந்தியாவின் கொடியாக ஏற்கலாம் என ஏகமனதாக முடிவு செய்யப்பட்டது. அரசியல் நிர்ணய சபை இந்திய தேசியக் கொடியின் சின்னமாக அசோகச் சக்கரத்தைப் பொறிப்பதென்று முடிவு செய்தது. இதில் அம்பேத்கருக்கு ஒரு முக்கியப் பங்கு இருந்தது. 1947, ஜுலை 22-ஆம் நாள் அரசியல் அமைப்புச் சட்ட அவை அசோகச் சக்கரத்துடனான மூவண்ணக் கொடியை இந்திய நாட்டின் தேசியக் கொடியாக ஏற்றுக் கொண்டது. சாவர்க்கரும் கொடிக்குழுவின் தலைவரான டாக்டர் இராசேந்திரப் பிரசாத்துக்கு காந்தியத்தின் சின்னமாக இராட்டைக்குப் பதிலாக அசோகச் சக்கரத்தை ஏற்க வேண்டும்

என்று வேண்டுகோள் விடுத்திருந்தார். கை ராட்டைக்குப் பதிலாக அசோகச் சக்கரம் ஏற்றுக் கொள்ளப்பட்டதால் காந்தி மனம் நொந்து போனார். கொடியின் இன்றியமையாத தன்மைகளான கதரையும் கைராட்டையும் புறக்கணித்து விட்டபின் அக்கொடிக்கும் தனக்கும் எத்தகையத் தொடர்பும் இல்லை என்று காந்தி அறிவித்தார்.

காந்தியும் காங்கிரஸ் கட்சியும்

அம்பேத்கர் தனது கருத்துக்களைத் தொகுத்து ஒரு நூலாக வெளியிட்டர். "காங்கிரஸும் காந்தியும் தாழ்த்தப்பட்ட மக்களுக்குச் செய்தது என்ன?" என்பது அந்த நூலின் பெயராகும். இந்த நூலில் காந்தியடிகளின் கொள்கைகளையும் காங்கிரஸின் கொள்கைகளையும் அவர் கடுமையாகத் தாக்கியிருந்தார். தாழ்த்தப்பட்ட மக்கள் நன்மைக்காக காங்கிரஸ் கட்சி உழைக்கிறது என்பது வெறும் விளம்பரத்திற்காக என்று அதில் கூறியிருந்தார். இந்த நூலுக்குப் பதில் சொல்லும் வகையில் ராஜாஜி ஒரு புத்தகம் எழுதினார். இதே போல சந்தானமும் ஒரு புத்தகம் எழுதினார்.

மொழிவாரி மாநிலம்

டாக்டர் அம்பேத்கர் "மொழிவாரி மாநிலம், மாநிலங்களால் ஏற்படும் சில பிரச்சினைகளைத் தீர்த்து, ஜனநாயக அரசு அமைதியுடன் செயல்படத் துணை செய்யும் என்பது உண்மை தான். மொழிவாரி மாநிலங்கள் ஏற்படுத்துவதில் எவ்விதத்திலும் தவறில்லை. ஆனால் மொழிவாரி மாநிலங்கள் தம் மொழிகளையே வட்டார தேசிய மொழிகளாக வைத்துக் கொள்ள அனுமதிப்பது தான் ஆபத்தை வரவழைப்பதாகும்" என்று கூறினார். ஆங்கிலமே உலகம் முழுவதையும் இணைக்கும் பொது மொழியாக இருக்க வேண்டும் என்று பெரியார் ஈ.வே.ராவும் கடைசிவரை கூறி வந்தார்.

ரிசர்வ் வங்கி தோற்றுவிக்கப்பட்டதில் அம்பேத்கரின் பங்கு

டாக்டர் அம்பேத்கர் பொருளாதார அறிஞர், பொருளாதாரம் குறித்து துறைசார் புத்தகங்கள் எழுதியிருந்தார்.

1. கிழக்கிந்திய கம்பெனியின் நிர்வாகமும் நிதியும் (Administration of Finance of the East India Company.)
2. பிரிட்டிஷ் இந்தியாவின் மாகாணங்களின் நிதியின் பரிணாமம் (The Evolution of Provincial Finance in British India)
3. ரூபாயின் சிக்கல்கள் (The Problem of Rupee)

கில்டன் யங் ஆணையத்திடம் டாக்டர் அம்பேத்கர் கூறிய கருத்துக்களின் அடிப்படையில் 1934ம் ஆண்டு இந்திய ரிசர்வ் வங்கி தோற்றுவிக்கப்பட்டது.

4. மக்கள் கல்விக் கழகம்

அம்பேத்கர் கல்விப் பணியில் ஈடுபட்டார். "மக்கள் கல்விக் கழகம்" (People Education Society) என்ற அமைப்பை 1945ம் ஆண்டு ஜுலை 8ம் நாள் அவர் உருவாக்கினார். இதன் முக்கிய நோக்கமானது அடித்தட்டு மக்களுக்கு அதிலும் குறிப்பாக தாழ்த்தப்பட்ட சாதிகளைச் சேர்ந்தவர்களுக்கு கல்வி அளிப்பது என்பதை பிரதான நோக்கமாகக் கொண்டிருந்தது. ஆனால் ஆசிரியர்களின் நியமனம் என்பதைப் பொறுத்தவரை கல்வித் திறமை என்பதைத்தான் அம்பேத்கர் அளவுகோலாக வைத்தார். இதன் விளைவாக மேல் சாதிகளை சேர்ந்த திறமையான ஆசிரியர்கள் இக்கழகம் நடத்திய கல்லூரிகளில் பணிபுரிந்தனர். மக்கள் கல்வி கழகம் பதினைந்து கலை, அறிவியல் மற்றும் சட்டக் கல்லூரிகளும், ஒன்பது மழலையர் பள்ளி மற்றும் உயர்நிலைப் பள்ளியையும் ஐந்து விடுதிகளையும், மும்பை, அவுரங்கபாத், மகத், டபோலி, பந்தர்பூர், பெங்களூர் போன்ற இடங்களில் கொண்டுள்ளது.

5. தாமோதர் நதி அணை திட்டம்
(Domodar Valley Project)

தாமோதர் நதி அணை திட்டம் (Damoder Valley Project) டாக்டர் அம்பேத்கர் அவர்கள் சமூக நலனிலும் நாட்டு நலனிலும், மக்கள் நலனிலும் கொண்டிருந்த ஆர்வத்திற்கு ஒரு பெரும் எடுத்துக்காட்டாகும். அது மட்டுமின்றி பொறியியல் துறையிலும் அவருக்கு இருந்த மேதைமையை உணர்த்தும் இந்த திட்டம் இந்தியாவின் கிழக்குப்பகுதி தொடர்ந்து அழிவு, சேதம் அடைந்துவந்த நிலையை முற்றிலும் மாற்றி பாதுகாப்பான, வளர்ச்சியுற்ற பகுதியாக மாற்றி அமைத்தது.

தாமோதர் நதி மிகவும் ஆபத்தான நதி என பெயர் வாங்கும் அளவிற்கு அடிக்கடி வெள்ளம் பெருக்கெடுத்து மக்களின் உயிரையும் உடமைகளையும் சீரழித்து வந்தது. **1859** முதல் **1943** வரை பனிரெண்டு முறை மனிதகுலத்திற்கு மிகப்பெரிய பேரழிவை ஏற்படுத்தி உள்ளது. அதில் **1943** ஜுலை **17**-இல் ஏற்பட்ட வெள்ளப்பெருக்கு மிகவும் பயங்கரமானது. இலட்சக்கணக்கான மக்கள் வீடுகளையும் உடமைகளையும் இழந்து வெள்ளத்தால் தத்தளித்தனர்; நூற்றுக்கணக்கான மக்கள் பலியாயினர். எழுபது கிராமங்கள் வெள்ளத்தில் மூழ்கின. பதினொரு ஆயிரம் வீடுகள் அடித்துச்செல்லப்பட்டன. வங்காள மாகாணம் இந்தியாவின் மற்ற பகுதிகளில் இருந்து முழுவதுமாக துண்டிக்கப்பட்டது.

அப்போதைய ஆங்கில அரசு இத்தகைய பேரழிவிற்கு நிரந்தர தீர்வு காண விழைந்தது. டாக்டர் அம்பேத்கரிடம் அதற்கான பொறுப்பு ஒப்படைக்கப்பட்டது. ஏற்கனவே அம்பேத்கரிடம் நிலக்கரி சுரங்கத்துறை, அச்சுத்துறை மற்றும் எழுதுபொருள் துறை (Stationery) குடிமை மற்றும் பாதுகாப்பு ஊழியர்களுக்கான தொழிற்கல்வி பயிற்சித் துறை, மற்றும் பொதுப்பணித்துறை, பிலானி பயிற்சிப்பள்ளியின் பொறுப்பு இவைகளுடன் அவருடைய தொழிலாளர் நலத்துறை போன்ற முக்கிய துறைகளின் பொறுப்புகள் ஒப்படைக்கப்பட்டிருந்தன. **1943**-ஆம் வருட இறுதியில் கட்டுமான படைத் துறையும் (Civil Pioneer Force) அவரிடம் ஒப்படைக்கப்பட்டது.

தாம் நிறைவேற்றப்போகும் இந்த தாமோதர் நதி அணைக் கட்டு திட்டம் மக்களின் வறுமையைப் போக்குவதோடு, பேரழிவுகளில் இருந்து நிரந்தரத் தீர்வு ஏற்படுத்தக்கூடிய திட்டமாக அமையவேண்டும் என முழுமனதையும் அதில் திருப்பினார் அம்பேத்கர். அமெரிக்காவின் தென்னீஸ் (River Tennessee) நதியின் அமைப்பும் அது ஏற்படுத்தும் அழிவும் ஒரே விதமாகவே இருந்தது. அம்பேத்கர் எந்த விஷயத்திற்கும் மற்றவர்களைச் சார்ந்திருப்பதை விரும்பாதவர். ஆகவே அமெரிக் காவின் தென்னீஸ் நதி அணைத் திட்டத்தின் கூறுகளையும், மைசூர் துங்கபத்ரா அணைத்திட்ட கூறுகளையும், பஞ்சாபில் இருந்த பல அணைக்கட்டுகளின் நுணுக்கங்களையும் ஆவணங்கள் மூலம் படித்து முப்பது மாதங்கள் உழைத்து தாமே கற்றுத் தெளிந்தார்.

பீகார், வங்காளம் மற்றும் ஒடிசா மாநிலங்களின் வாழ் வாதாரமாகத் திகழும் இந்த தாமோதர் அணைக்கட்டு திட்டத்தின்

தந்தை அண்ணல் அம்பேத்கர் அவர்களே, இந்த திட்டம் நிறைவேற அம்பேத்கர் இரவு பகலாக உழைத்தார். ஆனால் அமெரிக்காவின் தென்னீஸ் அணைக்கட்டு திட்டத்தின் தந்தையாகப் போற்றப் படுகிற ஜார்ஜ் டபிள்யூ நாரீஸ் (George W. Norris) அவர்களின் பெயர் அந்த அணைக்கட்டுக்கு வைத்து அமெரிக்க அரசு தன் நன்றியையும் விசுவாசத்தையும் வெளிப்படுத்தி கௌரவம் செய்தது. ஆனால் அம்பேத்கர் அவர்களின் பெயரை அந்த தாமோதர் அணை கட்டியதற்கு வைக்காததின் மூலம் இந்தியா அத்தகைய கௌரவத்தை அம்பேத்கருக்கு வழங்கத் தவறி விட்டது.

அரசு சோஸலிஸம் (State Socialism)

முக்கியமான தொழிற்சாலைகளை (Key Industries) அரசுடைமை யாக்கப்பட்டு அரசே நிர்வகிக்க வேண்டும்.

முக்கியமான தொழிற்சாலைகள் இல்லாத அடிப்படைத் தொழில்களை அரசோ அல்லது அரசு நிறுவனங்களோ ஏற்று நடத்தப்பட வேண்டும்.

காப்பீட்டு நிறுவனத்தை (Insurance) அரசே ஏற்று நடத்த வேண்டும். வயது வந்தவர்களை அவர்களுடைய வருமானத்திற் கேற்றவாறு காப்பீடு செய்யவேண்டும்.

விவசாயத்தை அரசே ஏற்று நடத்த வேண்டும்.

தொழிற்சாலைகள், காப்பீடு, விவசாய நிலம் போன்றவற்றை அரசே ஏற்று நடத்த வேண்டும்.

I. நிலத்தைப் பொறுத்தவரையில் சம அளவாகப் பிரித்து மக்களிடம் நிலத்தை சாகுபடி செய்வதற்குக் கொடுக்க வேண்டும்.

i. நிலத்தை கூட்டுப்பண்ணையாக அனைவரும் சேர்ந்து சாகுபடி செய்யவேண்டும்.

ii. கூட்டுப்பண்ணையை அரசின் சட்ட திட்டங்களுக்கு உட்பட்டு சாகுபடி செய்யவேண்டும்.

iii. உற்பத்தியான பொருள்களை அரசுக்குச் சேர வேண்டிய வரிகளைச் செலுத்திய பிறகு மீதம் உள்ளவற்றை சாகுபடியாளர்கள் பிரித்துக் கொள்ள வேண்டும்.

II. நிலத்தை கிராமத்தில் உள்ளவர்களுக்கு சாதி மற்றும் இன வேறுபாடு பாராமல் விவசாயம் செய்வதற்குக் கொடுக்கப்பட

வேண்டும். இவ்வாறு நிலத்தை விவசாயம் செய்ய கொடுக்கும் போது நிலச்சுவான்தார்கள், குத்தகையாளர்கள் மற்றும் நிலமற்றோர்கள் ஏற்படாமல் பார்த்துக் கொள்ள வேண்டும்.

III. அரசாங்கம் விவசாயம் செய்வதற்காகத் தேவையான விவசாய தடவாளங்கள் வாங்குவதற்கு நிதி உதவி அளிக்க வேண்டும் என்று டாக்டர் அம்பேத்கர் அரசு வழிகாட்டு நெறிமுறைகள் (Directive Principle of State Policy) என்பதில் கூறியுள்ளார்.

✱

8. டாக்டர் அம்பேத்கரும் இந்திய அரசியலமைப்புச் சட்டமும்

டாக்டர் அம்பேத்கர் மிகச்சிறந்த சட்ட வல்லுநர். சட்டத்துறையிலும் முறையாகப் பயின்றவர். வழக்கறிஞராகப் பணியாற்றியவர். மும்பையில் உள்ள சட்டக் கல்லூரியில் 1933 முதல் 1938 வரை பேராசிரியராகவும், முதல்வராகவும் பணியாற்றியவர். நம் நாட்டில் தீண்டாமைக் கொடுமைகள் தலைவிரித்து ஆடியபோது, சட்டக்கல்லூரி மாணவர்கள் ஆரம்பத்தில் அவரை அலட்சியம் செய்தார்கள். ஆனால் அவருடைய கல்வி கற்பிக்கும் நுணுக்கமான முறையை அறிந்து அனைத்து மாணவர்களும் அவருடைய வகுப்புகளுக்குத் தவறாது வந்து சென்றனர்.

டாக்டர் அம்பேத்கர் சுதந்திர இந்தியாவின் முதல் சட்ட மந்திரியாகவும் பணியாற்றியவர். டாக்டர் அம்பேத்கரின் சட்ட நுணுக்கத்தை பாராட்டும் விதமாக, இந்திய அரசியல் அமைப்புச் சட்ட வரைவுக் குழுவுக்கு அவரை தலைவராக டாக்டர் ராஜேந்திர பிரசாத்தும், ஜவஹர்லால் நேரு அவர்களும் தேர்ந்து எடுத்தனர். டாக்டர் அம்பேத்கர் இந்திய அரசியலமைப்பு வரைவு குழுவுக்கு தலைவரானதற்கு மகாத்மா காந்தி அவர்களும் ஒப்புதல் அளித்துள்ளார். இந்திய அரசியலமைப்புச் சட்டம் டாக்டர் அம்பேத்கரின் கடின உழைப்பாலும் - சட்டச் சிந்தனையாலும் - மனித உரிமைக்காக அவர் நடத்திய போராட்டங்களும்- பெரிதும் துணை நின்றன. இந்திய அரசியலமைப்பை உருவாக்க டாக்டர் அம்பேத்கர் எடுத்துக்கொண்ட முயற்சியை விளக்குவது இக்கட்டுரையின் நோக்கமாகும்.

இக்கட்டுரை இரண்டு பாகங்களாக் எழுதப்பட்டுள்ளது. முதற் பகுதியில் இந்திய அரசியலமைப்புச் சட்டம் வரைவுக்குழுவை ஏற்படுத்தியபோது நம்நாட்டில் நிலவிய அரசியல் சூழ்நிலையை விளக்குகிறது. இரண்டாவது பகுதியில் டாக்டர் அம்பேத்கர்

இந்திய, அரசியல் சட்டம் எழுதிய மாண்பினை தெள்ளத்தெளிவாக விளக்குகிறது.

I. அரசியல் சூழ்நிலை

1942-ஆம் ஆண்டு மார்ச் மாதம் 25-ஆம் நாள் சர் ஸ்டாபோர்டு கிரிப்ஸ் என்பவர் இந்தியாவிற்கு அரசப்பிரதிநிதியாக அனுப்பப்பட்டார். அவர் 1942 மார்ச் 22 முதல் ஏப்ரல் 10-ஆம் நாள்வரை இந்தியாவில் உள்ள அரசியல் கட்சித்தலைவர்களையும், மக்களையும் சந்தித்து தம் கருத்துக்களை கீழ்க்கண்டவாறு கூறினார்.

(i) பிரிட்டனிடம் உள்ள வெறுப்பை இந்தியர்கள் நிறுத்திக் கொள்ள வேண்டும். இரண்டாம் உலகப்போருக்கு இந்தியர்கள் ஒத்துழைப்புத் தரவேண்டும். போர் முடிந்தவுடன் புதிய அரசியல் சட்டம் இந்தியாவிற்கு ஏற்படுத்தப்படும். (ii) புதிய அரசியல மைப்பை ஏற்படுத்த அரசியல் நிர்ணயசபை ஏற்படுத்தப்படும். சுதேச அரசுகளும், இந்தியமாநில பிரதிநிதிகளும் அதில் கலந்து கொள்ளலாம். அரசியல் அமைப்பை ஏற்படுத்திக்கொள்ள மறுக்கும் மாநிலங்கள் தனித்தனியே அரசியல் அமைப்பை உருவாக்கிக் கொள்ளலாம். பிரிட்டிஷ் அரசு அரசியல் நிர்ணய சபையுடன் ஒப்பந்தத்தை செய்துகொண்டு அதிகாரமாற்றத்திற்கு ஏற்பாடு செய்யப்படும் (iii) இரண்டாம் உலகப் போருக்குப்பின் இந்தியாவில் உள்ள மாநிலங்கள் அனைத்திற்கும், தேர்தல் நடைபெறும். இதன்மூலம் அரசியல் நிர்ணயசபை உறுப்பினர்கள் தேர்ந்தெடுக்கப்படுவர். கிரிப்ஸின் இந்த அறிவிப்பு இந்தியாவில் பிரிவினையை தூண்டி விட்டது போல் கருதப்பட்டது.

1945-இல் இரண்டாம் உலகப்போர் முடிவடைந்தது. இங்கிலாந்தில் கன்சர்வேட்டிவ் கட்சியின் ஆட்சி தோல்வியுற்றது, தொழிற்கட்சி ஆட்சிக்கு வந்தது. தொழிற்கட்சித்தலைவர் அட்லி இங்கிலாந்தில் பிரதமர் ஆனார். அட்லி இந்திய சுதந்திரத்திற்கான போராட்டத்திற்கு ஆதரவு தந்தவர். இவர் வேவல் பிரபுவை இந்தியாவிற்கு அனுப்பி, இந்தியாவிற்கு பூரண சுயஆட்சி அளிக்கப்போவதாகவும், இந்தியா முழுவதற்கும் பொதுத்தேர்தல் நடத்த உத்தரவிட்டார்.

தேர்தல்

1946ஆம் ஆண்டு நடைபெற்ற தேர்தலில் அண்ணல் அம்பேத்கர் தோல்வியடைந்தார். அவரது வேட்பாளர்கள் அனைவரும்

தோல்வியுற்றனர். இந்து மகாசபையும் படு தோல்வியடைந்தது. முஸ்லீம்கள் பெருவாரியாக இருந்த இடங்களில் முஸ்லீம் லீக் வெற்றி பெற்றது.

அரசியல் நிர்ணய சபை

நாட்டின் பல பகுதிகளில் குறிப்பாக வங்காளத்திலும் பஞ்சாப்பிலும் இந்து-முஸ்லீம் கலவரங்கள் வெடிக்கத் தொடங்கின. அரசியல் நிர்ணய சபையின் மூன்றாவது கூட்டம் 1947-ஆம் ஆண்டு ஏப்ரல் மாதத்தில் நடைபெற்றது. அதில் அம்பேத்கர் கலந்து கொண்டார். தீண்டாமையை ஒழிக்க சட்டம் கொண்டு வரப்பட்டது. தீண்டாமை எந்த உருவத்திலும் நடமாடுவதை சட்டம் தடைசெய்தது. தீண்டாமையை முற்றிலும் ஒழித்துக்கட்ட வேண்டும் என்ற தீர்மானத்தை வல்லபாய் படேல் கொண்டுவந்தார். இந்தத் தீர்மானமானது தீண்டாமையைக் கடைபிடிப்பது குற்றமாகும், தண்டனைக்குட்படுவார்கள் என்று கூறியது.

1947 ஜூலை 15-ஆம் நாள், பிரிட்டிஷ் பாராளுமன்றம் இந்தியாவிற்கு சுதந்திரம் வழங்கும் மசோதாவை நிறைவேற்றியது. அரசியல் அமைப்புச் சட்ட அவை முழு ஆதிக்கம் உள்ள ஓர் அமைப்பாக ஆயிற்று. முதலில் இந்த அவை இந்தியா முழுமைக்குமாக என்றே அமைக்கப்பட்டது: ஆனால் இப்போது பிளவுபட்ட இந்தியாவிற்கு மட்டும் சட்டம் இயற்றுவதற்கானது என்று ஆகிவிட்டது. வங்காளம் பிரிக்கப்பட்டது. அதனால் அரசியல் அமைப்புச் சட்ட அவைக்கு வங்காளத்திலிருந்து தேர்ந்தெடுக்கப் பட்டிருந்த உறுப்பினர்களில் பலர் தங்கள் பதவிகளை இழந்தனர். 1946-இல் நடைபெற்ற பொதுத்தேர்தலில் காங்கிரஸ் அமோக வெற்றிபெற்றது. வங்காளத்திலிருந்து தேர்ந்தெடுக்கப்பட்டிருந்த அம்பேத்கரும் இதனால் தம் இடத்தை இழக்க நேரிட்டது. டாக்டர் எம்.ஆர்.ஜெயகரின் பதவி விலகலால் ஏற்பட்ட காலியிடத்திற்குப் பம்பாய் மாகாண சட்டசபையின் காங்கிரஸ் கட்சி அம்பேத்கரைத் தேர்ந்தெடுத்தது.

இந்திய அரசியல் சட்டத்தை வகுப்பதற்காக, அரசியல் நிர்ணய சபை, ஒரு கமிட்டியை நியமித்தது. அம்பேத்கர் இக் கமிட்டியின் தலைவராகத் தேர்ந்தெடுக்கப்பட்டார். எந்த இனம் தாழ்த்தப்பட்டது என்று கூறி ஒதுக்கப்பட்டதோ, எந்த இனத்தில் பிறந்த குற்றத்துக்காக எவருக்கும் பொது இடத்தில் தண்ணீர்

கொடுக்கக் கூடாது என்று மறுக்கப்பட்டதோ, எவர் ஓட்டலில், சலூனில், கோயிலில் நுழைய அனுமதிக்கப்படவில்லையோ அவர் இந்திய அரசியல் சட்டத்தை இயற்றும் குழுவின் தலைவராக நியமிக்கப்பட்டார்.

டாக்டர் அம்பேத்கர் இந்தியாவின் அரசியல் அமைப்புச் சட்டத்தை உருவாக்குவதில் முழுமையாக ஈடுபட்டிருந்தார். உடல்நலம் நலிவடைந்து கொண்டிருந்த நிலையிலும் தன்னிடம் ஒப்படைக்கப்பட்ட அப்பணியில் தன்னுடைய சிந்தனை ஆர்வம், உழைப்பு ஆகிய அனைத்தையும் முழுமையாகச் செலுத்தினார்.

1946-ஆம் ஆண்டு மார்ச் மாதம் அமைச்சரவைக்குழு (Cabinet Mission) இந்தியா வந்தது. இதில் இந்தியாவிற்கான அமைச்சர் பெதிக் லாரன்ஸ், சர் ஸ்டாபோர்டு கிரிப்ஸ் மற்றும் A.V. அலெக்ஸாண்டர் ஆகியோர் இருந்தனர். இக்குழு இந்திய தலைவர்களை தனித்தனியே சந்தித்தது. இக்குழு இந்தியாவில் அரசியல் அமைப்பை ஏற்படுத்த அரசியல் நிர்ணய சபை ஏற்படுத்தப்படும் என்றும் அதில் 389 உறுப்பினர்கள் இருப்பார்கள் என்று அறிவித்தது. அவர்களில் 93 பேர்கள் அரசப்பிரதிநிதிகளா கவும், 4 பேர்கள் பிரதம ஆணையர் ஆட்சிப் பகுதி பிரதிநிதிகளா கவும், 292 பேர்கள் மாநிலங்களின் பிரதிநிதிகளாகவும் இருப்பர் என அறிவித்தது.

இந்தியாவில் இந்திய யூனியன் அரசு மற்றும் மாநில அரசுகள் அமைக்கப்பட வேண்டும் என்றும் அறிவித்தது. இந்திய சுதேச அரசுகள் இனிமேல் தனித்தே செயல்படும். இதன் மீது இந்திய அரசோ அல்லது பிரிட்டிஷ் அரசோ அதிகாரம் செலுத்த இயலாது என அறிவித்தார். புதிய அரசியலமைப்பு ஏற்படுத்தப்படும்வரை அனைத்து இந்திய கட்சிகளின் ஆதரவுடன் ஒரு இடைக்கால ஆட்சி ஏற்படுத்தப்படும். பின்னர் நேருவின் தலைமையில் இடைக் கால அரசு அமைக்கப்பட்டது. இதில் "ஜின்னாவும்" கலந்து கொண்டார். எனினும் காங்கிரஸ் கட்சிக்கும் முஸ்லீம் லீக்கிற்கும் உள்ள வேறுபாடு அதிகரித்தது. பாகிஸ்தான் தனிநாடு அவசியமானது.

பின்னர் வேவல் பிரபு மாற்றப்பட்டு 1947-ஆம் ஆண்டு மார்ச் 22-இல் வைஸ்ராயாக மவுண்ட்பேட்டன் நியமிக்கப்பட்டார். பாகிஸ்தான் என்ற தனிநாடு கோரிக்கைக்கு காங்கிரஸ் தலைவர்கள் ஒப்புதல் தந்தனர். பின்னர் 1947 ஜூன் மாத இறுதிக்குள்ளாக

இந்தியர்களிடம் ஆட்சி ஒப்படைக்கப்படும் என்பதாகும். மவுண்ட்பேட்டன் புதிய அரசுப் பிரதிநிதியாகப் பதவியேற்றார். அவர் இந்திய தலைவர்களையும் பிரிட்டிஷ் பிரதமர் அட்லி யையும் சந்தித்த பின்னர் இவரது திட்டத்தை (மவுண்ட்பேட்டன் திட்டம்) அறிவித்தார். அதன்படி இந்தியாவை இந்தியா மற்றும் பாகிஸ்தான் என இந்தியா பிரிக்கப்படும் என்று அறிவித்தனர். இந்திய விடுதலை மசோதாவை 1947-இல் ஜுலை மாதம் 4-ஆம் நாள் பிரிட்டிஷ் House of Commons-இல் சமர்ப்பிக்கப்பட்டது. பின்னர் ஜுலை மாதம் 18-ஆம் நாள் இங்கிலாந்து பாராளு மன்றத்தின் இரு அவைகளிலும் சட்டமாக நிறைவேற்றப்பட்டது.

இதன்படி இந்தியா மற்றும் பாகிஸ்தான் என்ற இரு நாடுகள் 1947, ஆகஸ்டு 15-ஆம் நாள் உருவாக்கப்படும். இந்த இரு நாடுகளும் தனித்தனியே அரசியலமைப்பை அமைக்க அதிகாரம் தரப் பட்டது. புதிய அரசியலமைப்பு உருவாக்கப்படும் வரை 1935-ஆம் ஆண்டு அரசியல் சட்டத்தை அடிப்படையாகக் கொண்டு ஆட்சி நடைபெறவேண்டும் எனக் கூறப்பட்டது.

டாக்டர் அம்பேத்கரும் அரசியலமைப்புச் சட்டமும்

அரசியல் நிர்ணய சபைக்கு தேர்தல்கள் நடைபெற்றன. இதற்கு மாகாண சட்டப்பேரவையிலிருந்து (Provincial Legislative Assemblies) உறுப்பினர்கள் தேர்ந்தெடுக்கப்பட்டனர். அரசியல் நிர்ணய சபை 1946-ஆம் ஆண்டு டிசம்பர் 9-ஆம் தேதி டில்லியில் கூடியது. டாக்டர் ராஜேந்திர பிரசாத் அரசியல் நிர்ணய சபைக்கு தலைவராகத் தேர்ந்தெடுக்கப்பட்டார். இதில் ஜவஹர்லால் நேரு, சர்தார்பட்டேல், ராஜேந்திர பிரசாத், மவுலானா ஆசாத், கோபாலசாமி ஐயங்கார், கோவிந்த பல்லப் பந்த், அப்துல் காபர்கான், T. T. கிருஷ்ணமாச்சாரி, ஆச்சார்யா கிருபளானி, டாக்டர் அம்பேத்கர், டாக்டர் ராதாகிருஷ்ணன், டாக்டர் ஜெய்கர், சர் ஜாபருல்லா கான், டாக்டர் சச்சிதாநந்தா சின்கா போன்றவர்கள் உறுப்பினர்களாக இருந்தனர். தமிழ் நாட்டில் இருந்து காங்கிரஸ் சார்பாக முனுசாமி பிள்ளை, கக்கன், நாகப்பன் போன்ற தாழ்த்தப்பட்டோர்கள் இதில் உறுப்பினர் களாக இருந்தனர் என்பது குறிப்பிடத்தக்கது.

அரசியல் அமைப்பு நிர்ணய சபைக்கு துணைபுரிய முதலில் 4 குழுக்கள் அமைக்கப்பட்டன. அதாவது அடிப்படை உரிமைகள் மற்றும் சிறுபான்மையினர் பற்றியும் ஓர் ஆலோசனை குழு

அமைக்கப்பட வேண்டுமென அமைச்சரவை (Cabinet Mission) சிபாரிசு செய்தது. அதன்படி சர்தார் பட்டேல் தலைமையில் ஒரு ஆலோசனை குழு அமைக்கப்பட்டது. இக்குழுவில் 50 உறுப்பினர்கள் இருந்தனர். இதில் டாக்டர் அம்பேத்கரும் ஒருவர். இப்பணியை எளிதாக்க கீழ்க்கண்ட நான்கு உபகுழுக்களை ஆலோசனை குழு நியமித்தது.

1. அடிப்படை உரிமைகள் உபகுழு
   (Fundamental Rights Sub Committee)

2. சிறுபான்மையினர் உபகுழு (Minorities Sub Committee)

   a. வடமேற்கு எல்லை மலைவாழ் மக்கள் வாழ்விடங்கள் பற்றிய உபகுழு

   North- East Frontier Tribal Areas Sub- Committee

   b. விடப்பட்ட அல்லது பகுதியாக விடப்பட்ட இடங்கள் அஸ்ஸாமில் உள்ளதை தவிர மற்றவை உபகுழு

   (Excluded and paritially excluded areas [Other than those in Assam] sub- committee).

முதல் இரண்டு உபகுழுக்களில் டாக்டர் அம்பேத்கர் உறுப்பினராக இருந்தார். அவற்றின் பணிகளில் தீவிர அக்கறை கொண்டார். அடிப்படை உரிமைகள் பற்றிய குழுவிற்கு ஓர் அறிக்கை சமர்ப்பித்தார். அதில் கருத்துக்களுக்கு திடமான உருவம் (Shape) தந்தார். மாகாணங்களும் சிறுபான்மையினரும், அவர்களின் உரிமைகள் யாவை? சுதந்திர இந்தியாவின் அரசியல் சாசனத்தில் அவற்றை பெற்றுத் தருவது எவ்வாறு என்ற தலைப்பில் இந்த அறிக்கை பிரசுரிக்கப்பட்டது. அரசியல் நிர்ணய சபை மேலும் இதர மூன்று குழுக்களை நியமித்தது.

மேலே கூறப்பட்ட குழுக்களின் கருத்துக்களை அரசியலமைப்பு வரைவுத் திட்டக் குழுவிற்கு (Draft Committee) அனுப்பிவைக்கப்பட்டது.

அவை 1. ஒன்றிய அதிகாரக்குழு (The Union Power Committee) 2. ஒன்றிய அரசியல் சாசனக்குழு (The Union Constitution Committee) மற்றும் 3. மாகாண அரசியல் சாசனக்குழு (The Provisional Constitutional Committee) முதல் இரண்டு

குழுக்களுக்கு நேரு அவர்கள் தலைவராக இருந்தார். மூன்றாவது குழுவுக்கு சர்தார் வல்லபாய்பட்டேல் தலைவராக இருந்தார். இந்த குழுக்கள் 1947 ஏப்ரல் 30-இல் ஒரு தீர்மானம் மூலம் அமைக்கப்பட்டன.

டாக்டர் அம்பேத்கர் ஒன்றிய அரசியல் சாசன குழுவின் உறுப்பினராக இருந்தார். பல்வேறு உபகுழுக்களில் டாக்டர் அம்பேத்கர் ஆற்றிய பணி மிகவும் பயனுள்ளதாக இருந்ததாகக் கருதப்பட்டது. சுதந்திரத்தை வலுப்படுத்தவும் புதிய சட்டங்களை இயற்றுவதற்கும் டாக்டர் அம்பேத்கரின் சேவையின்றி சுலபமல்ல என்பதை காங்கிரஸ் தலைவர்கள் நன்கு உணர்ந்து கொண்டனர்.

சட்ட அமைச்சர்

1947 ஆகஸ்ட் 3-ஆம் நாள் சுதந்திர இந்திய அரசின் அமைச்சர்களின் பெயர்கள் அறிவிக்கப்பட்டன. அதில் அம்பேத்கரின் பெயரும் இடம் பெற்றிருந்தது. அன்றைக்கு அம்பேத்கர் பம்பாயில் இருந்தார். அங்குச் செம்பூரில் பம்பாய் கம்கார் மைதானத்தில் ஏற்பாடு செய்திருந்த கூட்டத்தில் பேசிக் கொண்டிருந்தார். அக்கூட்டத்தில் கட்டட நிதிக்காக அம்பேத் கரிடம் இருநூறு ரூபாய் நன்கொடை அளிக்கப்பட்டது. 1932 முதல் அம்பேத்கர் பம்பாயில் மத்திய அலுவலகத்திற்கான கட்டடம் ஒன்றைக் கட்ட வேண்டும் என்ற எண்ணங் கொண்டிருந்தார்.

அம்பேத்கரை இந்தியாவின் சட்ட அமைச்சராகப் பதவியேற்கும்படி ஜவஹர்லால் நேரு கேட்டுக் கொண்டார். காந்திஜியும் இதற்குச் சம்மதம் தெரிவித்தார். அம்பேத்கரும் நேருவின் வேண்டுகோளை ஏற்றுக் கொண்டார். சட்ட அமைச் சராகப் பதவியேற்றார். நாடு முழுவதிலிருந்து அவருக்கு வாழ்த்துக்கள் வந்து குவியத் தொடங்கின. அவரை அருவருப்புடன் கண்டவர்களும் இகழ்ச்சியாகப் பேசியவர்களும் அவருக்குப் புகழ்மாலை சூட்டத் தொடங்கினர். தீண்டத்தகாதவர் என்று கேவலமாகப் பேசப்பட்டவர் ஒரே நாளில் உயர்ந்த மனிதராகக் கருதப்பட்டார்.

புதிய இந்தியாவின் சட்ட அமைச்சராக அம்பேத்கர் பதவி ஏற்கப்போகிறார் என்பதை அறிந்ததும் அவருடைய நண்பர் களும் அவரைப் பின்பற்றுவோரும் பத்திரிகையாளர்களும் அவர் பெற்றுள்ள பெருமைக்காகத் தங்களின் நல்வாழ்த்து களையும் பாராட்டுகளையும் பொழிந்தனர். உண்மையில்

அம்பேத்கருக்கு இது மண்மேட்டிலிருந்து மாளிகைக்கு உயர்ந்தது போன்ற அரிய வெற்றியாகும். இந்திய வரலாற்றில் மக்களின் பேரால் அமைந்த மத்திய அரசில் ஒரு தீண்டப்படாத வகுப்பை சேர்ந்தவர் அமைச்சராகியிருப்பது இதுவே முதலாவது நிகழ்ச்சி யாகும். பிரிட்டிஷ்காரர்களின் கையாள் என்று இதுகாறும் பழிதூற்றிய அவருடைய எதிரிகளே இப்போது அம்பேத்கரை சிறந்த அரசியல் மேதை என்று புகழ்ந்தனர். 1947 ஆகஸ்ட் 6-ஆம் நாள் பம்பாயில் வழக்கறிஞர் சங்கம் சுதந்திர இந்தியாவின் அமைச்சரானதற்காக அம்பேத்கருக்கு ஒரு பாராட்டுக் கூட்டம் நடத்தியது.

ஆகஸ்ட் 29-ஆம் நாள் அரசியல் அமைப்புச்சட்ட அவை அம்பேத்கரைத் தலைவராகக் கொண்ட அரசியல் அமைப்புச் சட்ட வரைவுக் குழு ஒன்றை அமைத்தது. சிறுவயதில் மாட்டு வண்டியிலிருந்து கீழே தள்ளப்பட்ட - பள்ளிகளில் தனியாக உட்கார வைக்கப்பட்ட - பேராசிரியரான பின்னும் அவமதிக்கப்பட்ட இளைஞராக இருந்தபோது தீண்டப்படாத மஹார் என்று இழித்து இடந்தர மறுத்து தங்கும் விடுதிகளிலிருந்தும், உண்ணும் இடங்களிலிருந்தும், முடிதிருத்தங்களிலிருந்தும், கோயில்களி லிருந்தும் விரட்டியடிக்கப்பட்ட -ஆங்கிலேயரின் கைக்கூலி என்று பழிதூற்றப்பட்ட இரக்கமேயில்லாக் கொடிய அரசியல் வாதி என்று இகழப்பட்ட, நாக்கூசாமல் மகாத்மா காந்தியைத் திட்டுபவர் என்று வெறுக்கப்பட்ட, வெள்ளையர்களால் நிர்வாகக் கவுன்சிலில் அமைச்சர் பதவிக்கு ஆசைப்பட்டவர் என தூற்றப் பட்ட- தீண்டப்படாத வகுப்பினரான அம்பேத்கர், இப்போது, சுதந்திர இந்தியாவின் முதலாவது சட்ட அமைச்சராகி விட்டார்.

இந்தியாவின் குறிக்கோள், நோக்கம், எதிர்காலம் ஆகிய வற்றைத் தீர்மானிக்கப் போகிற அரசியல் அமைப்புச் சட்ட வரைவுக்குழுவின் தலைவராக அவர் அமர்த்தப்பட்டிருந்தார். இது மிகப்பெரிய சாதனையாகும். இந்திய வரலாற்றில் நிகழ்ந்த ஓர் அதிசயமாகும். நெடுங்காலமாகத் தீண்டாமையைக் கடைப்பிடித்த பாவத்திற்குப் பரிகாரம் தேடும் தன்மையில், காலங்காலமாக விலங்கினும் கீழாய் நடத்தப்பட்டு, ஒடுக்கப்பட்டு வந்த தீண்டப்படாத சாதியொன்றில் தோன்றிய அம்பேத்கரைச் சுதந்திர இந்தியா தன் எதிர்கால அரசியல் சட்டத்தை வடிவமைப்பதற்கு தேர்ந்தெடுத்தது.

அரசியலமைப்பு வரைவுக் குழுவின் உறுப்பினர்கள்:

1. சர் அல்லாடி கிருஷ்ணசாமி அய்யர், *2.* சர்.பி.என்.ராவ், *3.* ஸ்ரீசையத் அகமது, எம். சாதுல்லா, *4.* சர்.என்.கோபாலசாமி ஐயங்கார், *5.* டாக்டர் கே. எம்.முன்ஷி, *6.* சர்.பி.எல்.மிட்டர், *7.*எ.பி.கெய்தான், பின்னர் இக்குழு மாற்றியமைக்கப்பட்டது. சர்.பி.எல்.மிட்டருக்குப் பதில் மாதவராவும், எ.பி.கெய்தான் மரணத்துக்குப் பின் டி.டி. கிருஷ்ணமாச்சாரியும் சேர்த்துக் கொள்ளப் பட்டனர். இவர்கள் அனைவரும் மிகச்சிறந்த சட்டவல்லுநர் களாவர்.

1948-ஆம் ஆண்டு நவம்பர் *4*-ஆம் நாள் அரசியல் அமைப்புச் சட்ட அவையில் அரசியல் சட்ட நகலை டாக்டர் அம்பேத்கர் அறிமுகப்படுத்திப் பேசினார். அம்பேத்கரின் உரையை அரசியல மைப்பு சட்டக்குழுவில் இருந்த அணைவரும் மெய்மறந்து கேட்டனர்.

அண்ணல் அம்பேத்கர் அவர்கள் இந்திய அரசியல் சாசன சபையில் *1949* நவம்பர் *26*-ஆம் நாள் *284* பேர் கையெழுத்துடன் அரசியல் சாசனம் ஏற்கப்பட்டது. பிரிட்டிஷ் இந்தியாவில் அனைவருக்கும் வாக்குரிமை கிடையாது. ஒரு பகுதியினர் வாக்களித்து தேர்வானவர்களைக் கொண்டு மாநில சட்டமன்றங்கள் உருவாகின. பெரும்பாலும் அத்தகைய பிரதிநிதிகளிடமிருந்தே அரசியல் சாசன சபை உருவாக்கப்பட்டது. விதிமுறைகளை உருவாக்குவதற்கென்று ஒரு குழுவை நியமித்தது. ஆனால் இந்த சபையை முஸ்லீம் லீக் பிரதிநிதிகளும் மன்னர்களின் பிரதிநிதி களும் புறக்கணித்தனர்.

அரசியல் சாசன சபை மொத்தம் இரண்டு வருடம் *11* மாதம் *18* நாட்களில் *166* நாட்கள் விவாதம் நடந்தது. (சபை ஏறத்தாழ மூன்று வருடங்கள் இயங்கியது). நமது சாசனம் உலகிலேயே மிக நீளமானது. இதில் மொத்தம் *395* விதிகள் *22* பிரிவுகள், *12* அட்டவணைகள் மற்றும் *117,369* சொற்கள் உள்ளன. அரசியல் சாசனம் *1950* ஜனவரி *26*-ஆம் நாள் நடைமுறைக்கு வந்தது. இந்தியா குடியரசாகியது. பாரதப் பிரதமராக இந்திராகாந்தி அம்மையார் இருந்தபோது நெருக்கடி நிலை (Emergency 25 June 1975 to 21 March 1977) அமுலாக்கம் செய்யப்பட்டபோது *1976*-இல் அரசியல் சாசனத்தில் செய்யப்பட்ட *42*-ஆவது

திருத்தத்தின் மூலம் சோசலிசமும் மதச்சார்பின்மையும் நாட்டின் கொள்கைகளாக அறிவிக்கப்பட்டன.

இந்திய அரசியலமைப்பு ஐந்து பகுதிகளாக உள்ளது. அவைகளாவன 1. முகவுரை 2. விதிகள் (22 பகுதிகளாக உள்ளது) 3. அட்டவணைகள் (12 அட்டவணைகள்) 4. பிற்சேர்க்கை 5. திருத்த மசோதாக்கள். (கி.பி. 2003 வரை 100 மசோதாக்கள்)

அரசியல் நிர்ணய சபை உருவாக்கிய திட்டத்தில் 1949 நவம்பர் 26-ஆம் நாள் அரசியல் அமைப்புச்சட்ட அவையின் தலை வரான டாக்டர் ராஜேந்திர பிரசாத் கையொப்பமிட்டார். 1950-ஆம் ஆண்டு ஜனவரி 26-ஆம் நாளில் இருந்து அரசியல மைப்புச் சட்டம் செயல்பட ஆரம்பித்தது. இந்திய குடியரசுத் திருநாளை டாக்டர் அம்பேத்கரின் நாளாக தாழ்த்தப்பட்டோர் களால் தற்போது கொண்டாடப்பட்டு வருகிறது.

முக்கிய அம்சங்கள்

1. மிகப்பெரிய அரசியலமைப்புச் சட்டம்

இந்திய அரசியலமைப்புச் சட்டம் உலக அளவில் எழுதப் பட்ட சட்டங்களோடு ஒப்பிட்டுப் பார்க்கும் போது மிகப்பெரியது. சட்டத்தில் குறைகள் எதிர்காலத்தில் ஏற்படாதவாறும் மேலும் சட்டத்தில் இடைவெளிகள் (Loopholes) ஏற்படாமல் தடுப்ப தற்காக அரசியலமைப்புச் சட்டம் விரிவாக எழுதப்பட்டது. மேலும் இதில் மிக நீண்ட அடிப்படைச் சட்டங்களும், அரசு கடைபிடிக்க வேண்டிய நெறிமுறைகளும் உள்ளன. இந்திய அரசியலமைப்புச் சட்டத்தில் நீதிமன்றம், தேர்தல், பொதுப்பணி (Public Service Commission) போன்றவைகளும் உள்ளன.

2. கூட்டாட்சியா ஒற்றையாட்சியா

இந்திய அரசியலமைப்புச் சட்டத்தை கூட்டாட்சியா அல்லது ஒற்றை ஆட்சியா என்று குறிப்பிட்டுக் கூறமுடியாத அளவுக்கு அதன் பண்புகள் உள்ளன. அரசியல் அமைப்புச்சட்ட நகலின்படி மத்திய அரசு-மாநில அரசுகள் என இருவகை அரசமைப்புகள் இருப்பினும் இந்தியா முழுமைக்கும் ஒரே குடியுரிமைதான் உண்டு. இந்தியா முழுமைக்கும் ஒருங்கிணைக்கப்பட்ட ஒரே

நீதித்துறைதான் இருக்கும். அரசியல் சட்டம், உரிமையியல் சட்டம், குற்றவியல் சட்டம் ஆகியவற்றின் அடிப்படையில் ஏற்படும் எல்லா வழக்குகளையும் இந்த நீதித்துறையே விசாரித்துத் தீர்ப்பளிக்கும், முக்கியமான நிர்வாகப் பதவிகளுக்கு உரியவர்களைத் தெரிவு செய்யப் பொதுவான அனைத்திந்திய சிவில் சர்வீஸ் இருக்கும்.

ஆனால் அமெரிக்கச் சட்டத்தில் இரட்டைக் குடியுரிமை உள்ளது. ஒன்று அமெரிக்க அய்க்கிய நாட்டுக் குடியுரிமை, மற்றது அந்தந்த மாநிலக் குடியுரிமை. அதேபோன்று, கூட்டாட்சிக்கான நீதித்துறை, மாநில நீதித்துறை என அங்கு உள்ளன. அய்க்கிய சிவில் சர்வீஸ் - மாநில சிவில் சர்வீஸ் என்றும் தனித்தனியாக உள்ளன. குடியாட்சி அரசு முறைக்குக் குந்தகம் இல்லாத வகையில், அமெரிக்காவில் உள்ள ஒவ்வொரு மாநிலமும் தனக்கெனத் தனியான அரசியல் சட்டத்தை உருவாக்கிக் கொள்ள உரிமை பெற்றிருக்கிறது.

இந்திய ஒன்றியத்தினுடைய அரசியல் சட்டம் மாநிலங்களுடைய அரசியல் சட்டம் ஒரே ஆவணத்தில் அமையப் பெற்றிருப்பதால் மத்திய அரசோ மாநில அரசுகளோ இதிலிருந்து விலக முடியாது. இதற்கு உட்பட்டுத்தான் இருவித அரசுகளும் இயங்கிட வேண்டும் என்று அம்பேத்கர் விளக்கிக் கூறினார்.

அரசியல் சட்டம் இறுக்கம் வாய்ந்ததாக இருக்கிறது என்று கூறப்படுவதைக் குறிப்பிட்டு, சாதாரணக் காலங்களில், மாநில அரசுகளுக்கென அதிகாரங்களைத் தவிர மற்றவற்றிற்கான சட்டத்தை இயற்றும் அதிகாரம் நாடாளுமன்றத்திற்கு வழங்கப் பட்டுள்ளது.

3. கிராம இராஜியம்

கிராம குடியரசு ஏற்படுத்தப்பட வேண்டும் என்ற கோரிக்கை பற்றிக் குறிப்பிட்டுப் பேசினார். கிராமம் என்பது உள்ளூர் பிரச்சினைகளில் மட்டுமே ஊறிக் கிடப்பது. அறியாமையும் குறுகிய நோக்கும் சாதி உணர்ச்சியும் நிறைந்த இருண்ட குகை. இத்தகைய கிராமக் குடியரசுகள்தான் இந்தியாவின் அழிவிற்கே காரணமாகும். ஆகவே அரசியல் அமைப்புச்சட்ட நகல் கிராமத்தை ஓர் அடிப்படை அலகாக ஏற்காமல் புறக்கணித்திருப்பதற்காகத் தான் மகிழ்ச்சியடைகிறேன் என்று அண்ணல் அம்பேத்கர் கூறினார். (While refering to the village governments, Dr. Ambedkar remarked that the village was a sink of localism, a den of ignorance, narrow mindedness and Communism)

4. நெகிழும் தன்மை உடையது
(Flexibility and regidity)

'இந்த அரசியல் அமைப்புச் சட்டம் திறமையாகச் செயல் படும் தன்மையுடையது, நெகிழ்ந்து தரவல்லது, அமைதிக் காலத்திலும் போர்க்காலத்திலும் இந்த நாட்டின் ஒற்றுமையைக் காத்திடும் வல்லமை வாய்ந்தது. புதிய அரசியல் சட்டத்தின் கீழ்த் தவறுகள் நடக்குமானால் அதற்கான காரணம் நாம் ஒரு மோசமான அரசியல் சட்டத்தைப் பெற்றிருக்கிறோம் என்பதன்று, இதை செயற்படுத்தும் மனிதர்கள் செய்யும் தவறே காரணமாகும் என்றே நாம் சொல்ல வேண்டும்' எனக் கூறி இந்திய அரசியல் அமைப்புச் சட்ட நகலை அம்பேத்கர் முன்மொழிந்தார். நவீன அரசியல் சட்டங்கள் (Modern constitutions) என்ற நூலில் கே.சி.வீர் (K.G. Wheare) குறிப்பிட்டிருப்பதுபோல் தேவைக்கு ஏற்பத் திருத்தங்களை ஏற்று இயங்கக்கூடிய ஒரு சமநிலையை இந்திய அரசியல் சட்டம் பெற்றுள்ளது.

5. தீண்டாமை ஒழிப்பு (Abolition of Untouchability)

அரசியல் அமைப்புச் சட்ட அவையில் அரசியல் சட்ட விதிகள் ஒன்றன்பின் ஒன்றாக விவாதிக்கப்பட்டு நிறைவேற்றப் பட்டன. தீண்டாமை ஒழிக்கப்பட்டுவிட்டது என்று குறிக்கும் விதி *11*, பெருத்த மகிழ்ச்சி ஆரவாரத்திற்கிடையே, *1948* நவம்பர் *29*-ஆம் நாள் நிறைவேறியது.

6. அரசு நெறிமுறைக் கோட்பாடுகள்
(Directive Principles of State Policy)

வெறும் சட்டங்களைக் கொண்டு மட்டுமே நாட்டை ஆட்சி செய்யமுடியாது. அறநெறிக்குட்பட்டு அரசு ஆட்சி செய்தல் சிறப்பானது என்பதற்காக இந்திய அரசியலமைப்பின் 4-ஆவது பகுதியில் இதுபோன்ற *16* விதிகள் (திட்டவிதி *36*லிருந்து *51* வரை) அரசு நெறிமுறைகளாகக் கொண்டுள்ளது.

நெறிமுறைக்கோட்பாடுகளை மூன்று வகைகளாகப் பிரிக்க லாம். அவைகளாவன *1.* சோஸலிசக் கொள்கைகள் (Socialistic principles) 2. காந்திய தத்துவத்தில் அடிப்படையிலான கோட்பாடுகள் (Gandhian Principles) 3. முற்போக்குக் கொள்கைகளை அடிப்படையாகக் கொண்டவைகள் (Principles).

இந்த அறநெறி கோட்பாடுகளைப் பின்பற்றி நம் நாட்டில் ஜமீன்தாரி ஒழிப்பு, நிலச்சீர்திருத்தம், பெருந்தொழில்களை மற்றும் வங்கிகளை தேசியமயமாக்குதல், ஆண், பெண் இரு பாலருக்கும் சம ஊதியம், மன்னர் மானியம் ஒழிப்பு போன்ற சட்டங்கள் இயற்றப்பட்டுள்ளன.

7. சமயச் சார்பின்மை (Secularism)

இந்து மதம் சமத்துவம், சுதந்திரம், சகோதரத்துவம், சமூக நீதி போன்றவைகட்கு எதிரானது மட்டுமல்ல, சாதி முறையில் மாறாத தன்மை கொண்டது. அதன் காரணமாக சமயசார்பின்மையை இந்திய அரசியல் அமைப்பில் டாக்டர் அம்பேத்கர் புகுத்தினார். இந்தியா மதச்சார்பற்ற நாடு எல்லா மதங்களையும் சமமாக மதிக்கிறது. குடிமக்கள் தங்கள் விரும்பும் மதத்தை பின்பற்றுவதற்கு உரிமை அளிக்கப்பட்டுள்ளது.

8. குடியரசுத் தலைவர்-

நம் நாட்டின் தலைவராக இருப்பார். (Parliamentary from of government) நாடாளுமன்ற முறையில் மத்திய அமைச்சர்கள் பிரதம அமைச்சரின் தலைமையில் உள்ள குழுவே உண்மையான அமுலாக்க அதிகாரத்தைப் பெற்றவர்கள். எனவே இந்த அரசாங்கத்தை (Responsible Govtement) என்று அழைக்கப்படும்.

9. அடிப்படை உரிமைகள் (சமத்துவ உரிமை) (Fundamental Rights)

அரசியல் அமைப்பில் குறிப்பிட்டுள்ள அடிப்படை உரிமைகள் முழுமையான அதிகாரங்கள் அல்ல, அவைகள் சில கட்டுப்பாடுகளுடன் உள்ளன. இதில் தனிநபர் சுதந்திரம் மற்றும் (Individual Liberty), சமூக அக்கறை (Social Interest)யையும் கட்டிக்காப்பது போல் அமைந்துள்ளது.

10. வயது வந்தோர்க்கு வாக்குரிமை (Adult Suffrage)

வயது வந்தோர் அனைவரும் வாக்களிக்கும் உரிமை பெற்றவர்கள் சில நாடுகளில் கல்வி கற்றவர்கள், நிலமுள்ளவர்கள் போன்றவர்களுக்கு மட்டுமே வாக்களிக்கும் உரிமை உள்ளது.

11. சுயேச்சையான நீதிமன்றம் (An Independent Judiciary)

நம்நாட்டில் உள்ள நீதிமன்றம் சுயேச்சையானது நடுநிலைமையானது. (Independent and Impartial Judiciary) குடிமக்களின் உரிமையைக் காக்கும் பாதுகாவலனாக செயல் படுகிறது.

12. அடிப்படை கடமைகள் (Fundamental Duties)

குடிமக்கள் பின்பற்ற வேண்டிய கடமைகளை இந்திய அரசியலமைப்புச் சட்டம் வழங்கியுள்ளது. அடிப்படை கடமை களாகப் பத்துக் கடமைகளை அரசியலமைப்புச் சட்டம் கூறுகிறது. இந்த கடமைகளை இந்திய குடிமக்கள் கடைபிடிக்கப்படவேண்டும்.

1. அடிப்படை உரிமைகள் மற்றும் கடமைகள் அனைத்து விதமான வேறுபாடுகளை நீக்கப்பட்டது.
2. பெண்களின் உரிமைகளைப் பாதுகாப்பதற்கான சட்டங்கள்
3. தாழ்த்தப்பட்டோர் மற்றும் சிறுபான்மையோர்களுக்கும் பாதுகாப்பு
4. கல்வி, வேலைவாய்ப்பு மற்றும் பாராளுமன்றத்திற்கான உறுப்பினர்களை தேர்ந்தெடுப்பது
5. சுரண்டலுக்கு எதிரான உரிமை
6. மனித இழி தொழில் வாணிகமும், பிற கட்டாய உழைப்பு முறைகளும் தடைசெய்யப்படுகின்றன. அதை மீறி செயல்பட்டால் அது சட்டத்திற்கிணங்க தண்டிக்கப்படத்தக்க குற்றமாகும்.
7. நெருக்கடி நிலை சட்ட ஒழுங்கு சீர்குலைவை தடுத்து நிறுத்துவதற்கு அரசியலமைப்பு விதிகளான 352, 356 ஏற்படுத்தப்பட்டுள்ளது. மேலும் நிதி நெருக்கடியை சமாளிப்பதற்கு விதி 360 கொடுக்கப்பட்டிருக்கிறது.
8. சிறப்பு அந்தஸ்து

   விதி 370 ஜம்மு காஷ்மீர் மாநிலத்திற்கு சிறப்பு சலுகைகளை வழங்குகிறது.
9. சட்டதிருத்தம் (மசோதாக்கள்)
10. விதி 368 அரசமைப்புச்சட்டம் திருத்தம் பற்றியது. இதன் படி 2003 வரை 100 முறை அரசியல் சட்டத் திருத்தம் செய்யப் பட்டுள்ளது.

அரசியல் சாசனம் எழுதியதற்கு வாழ்த்துரைகள்

டாக்டர் அம்பேத்கர் இந்திய அரசியல் சட்டவரைவுக் குழுவின் தலைவராக இருந்து அரசியல் சட்டம் இயற்றும் பணியை அவரே முழு சட்ட ஆவணத்தை எழுதி முடித்தார். அப்போது அவரது உடல் நிலை சரியில்லாத நிலையிலும் கூட இரவு பகலாகக் கண்விழித்து நம் நாட்டிற்கு சட்டம் இயற்றும் பணியை செம்மையாக முடித்திருக்கிறார். அவரது இந்த அரிய செயலைக் கேட்டு பலர் அவரை வாழ்த்தியும் பாராட்டுதல்களையும் பொழிந்துள்ளனர். அவற்றில் சில:

Nehru remarked: "Dr. Ambedkar has played a most important part in framing of India's Constitution. No one took trouble and care over Constitution making than Dr. Ambedkar". "அரசியலமைப்புச் சட்டத்தை இயற்ற அம்பேத்கரைவிட யாரும் அதிகம் உழைத்தது கிடையாது" என்று நேரு அவர்கள் குறிப்பிட்டுள்ளார்கள்.

அரசியல் நிர்ணயசபையில் டி.டி. கிருஷ்ணமாச்சாரி அவர்கள் டாக்டர் அம்பேத்கரின் அரும்பணிகளை 5.11.1948-இல் நடந்த சபைக்கூட்டத்தில் பெரிதும் பாராட்டிப் பேசினார். "அரசியல் அமைப்புச் சட்டத்தை உருவாக்கிட இந்த அவை யினால் நியமிக்கப்பட்ட சபை உறுப்பினர்கள் எழுவருள் ஒருவர் இந்த வரைவு குழுவின் உறுப்பினர் பதவியிலிருந்தே ராஜினாமா செய்துவிட்டார். வேறு ஒருவர் இறந்துவிட்டார். இன்னொருவர் அமெரிக்காவிற்குச் சென்றுவிட்டார். மற்றொரு உறுப்பினர் மாகாணங்கள் தொடர்பான வேலைகளில் ஈடுபட்டிருக்கின்றார். மற்றவர்களில் ஓரிரு உறுப்பினர்கள் டில்லியிலிருந்து தொலைவான இடங்களில் இருக்கின்றனர். டில்லிக்கு வந்து வேலை செய்வதற்கு இவர்களின் உடல் நிலை ஒத்துழைக்கவில்லை. இறுதியில் அரசியல் அமைப்புச் சட்டத்தினை உருவாக்கும் பொறுப்பு அம்பேத்கர் ஒருவரே ஏற்கவேண்டியதாயிற்று. அய்யத்திற்கு இடமில்லா இப்போற்றுதலுக்குரிய இப்பணியைச் சிறப்பாகச் செய்து முடித்தமைக்கு நாங்கள் அவருக்கு நன்றிக்கடன் பட்டிருக்கிறோம்" என்று கூறினார் டி.டி. கிருஷ்ணமாச்சாரி.

பண்டித தாகூர்தாஸ் பார்கவா பேசுகையில் "டாக்டர் அம்பேத்கர் காங்கிரஸ்காரர்களின் மனதில் இடம்பெற்று

விட்டாரென்றும் அவர் உடனே காங்கிரஸ் இயக்கத்தில் சேர்ந்துவிட வேண்டும்" என்றும் கூறினார்.

ராஜேந்திர பிரசாத் அரசியலமைப்பு சபையில் அம்பேத்கரின் பணியை புகழும்போது கூறியதாவது "அம்பேத்கர் தம்மைத் தேர்ந்தெடுத்தது எவ்வளவு பொருத்தம் என்பதை வெளிப் படுத்துவதோடல்லாமல், அந்தப் பதவிக்கு மேலும் பெருமை சேர்க்கும் வகையில் பணியாற்றியுள்ளார்" என்றார்.

அரசியலமைப்புச் சட்ட விவாதத்தின்போது வி.அய்.முனுசாமிப் பிள்ளை பேசினார். "அரிசன சமூகம் சிறந்த பக்தராக நந்தனாரை உயர்ந்த வைணவத்துறவியான திருப்பாணாழ்வாரை சிறந்த தத்துவ மேதையான திருவள்ளுவரைத் தோற்றுவித்திருக்கிறது. இப்போது அம்பேத்கரை அச்சமூகம் அளித்துள்ளது. தீண்டப்படாத சாதியினரும் உயர்நிலை எய்தி உலகிற்குத் தொண்டாற்ற முடியும் என்பதை அம்பேத்கர் நிரூபித்துள்ளார்." என்று முனுசாமிப்பிள்ளை கூறினார்.

முடிவுரை

அரசியல் சட்டத்தை உருவாக்கிய முதன்மைச் சிற்பியான அம்பேத்கர் அரசியல் சட்டம் குறித்து நடந்த மூன்றாவது சுற்று விவாதத்திற்குப் பதிலளித்து 1949 நவம்பர் 25-ஆம் நாள் அவையில் பெருத்த கரவொலிக்கிடையே உரையாற்றத் தொடங்கினார். எடுத்த எடுப்பிலேயே, "தீண்டப்படாத வகுப்பு மக்களின் உரிமைகளைக் காப்பதற்காகவே நான் அரசியல் சட்ட அவையில் நுழைந்தேன்" என்று அம்பேத்கர் கூறினார். அரசியல் சட்ட வரைவுக் குழுவில் தான் சேர்க்கப்பட்டதைக் கண்டு வியப்படைந்ததாகவும், அதன் தலைவராகத் தேர்ந்தெடுக்கப்பட்டபோது வியப்பு மேலும் அதிகமானதாகவும் கூறி, நாட்டிற்கு சேவை செய்ய தனக்கு சந்தர்ப்பம் அளித்த அரசியல் நிர்ணய சபைக்கு நன்றி தெரிவித்தார்.

டாக்டர் அம்பேத்கர் அரசியலமைப்புச் சட்டத்தை எழுதும்போது ஆரம்பகால பௌத்தர்களிடையே இருந்த புத்த சங்க வழக்கங்களான வாக்களிக்கும் முறை (Voting by Ballet), விவாதம்புரிதல் (Debate), முன்னுதாரணம் (precedence), கூட்டநிகழ்ச்சி முறை (Use of Agendas), குழுக்கள் (Committee), நிகழ்ச்சிகளை நடத்துவதற்கான திட்டங்கள் (Proposals to conduct business) போன்றவை பெரிதும் உதவின என்று கூறப்படுகிறது.

டாக்டர் அம்பேத்கரின் அரசியலமைப்பு பணியைப் பாராட்டி அவர் பயின்ற அமெரிக்காவில் உள்ள கொலம்பியா பல்கலைக்கழகம் அவருக்கு "Doctor in law" என்ற பட்டத்தை 05-06-1952-இல் வழங்கியது. இந்தியாவில் உள்ள ஒஸ்மானியா (Osmania University) பல்கலைக்கழகமும் அண்ணல் அம்பேத்கருக்கு 12-01-1953-இல் டாக்டர் பட்டம் வழங்கிக் கௌரவித்தது.

✳

9. டாக்டர் அம்பேத்கர் தொழிலாளர்களின் தலைவர்- தொழிலாளர் நல அமைச்சர்

மறுமணம்

டாக்டர் அம்பேத்கர் இந்திய அரசியலமைப்புச் சட்டத்தை இயற்றிய பின்னர் உடல் நலக்குறைவு ஏற்பட்டது. அவர் மருத்துவம் செய்து கொள்வதற்காகப் பம்பாய் சென்றார். பம்பாய் மருத்துவமனையில் அவர் கால்வலியால் மிகவும் வாடினார். மருத்துவமனையில் பிராமண வகுப்பைச் சேர்ந்த அம்மையார் சாரதா கபீர் டாக்டர் அம்பேத்கரை மிகவும் கவனத்துடன் நல்ல முறையில் கண்விழித்து பலநாட்கள் கவனித்து வந்தார்.

சாரதா கபீரின் பண்பும், சேவையும், பரிவும் அம்பேத்கருக்குப் பிடித்திருந்தது. அவரின் உடல் நலத்தின் மேல் அக்கறையுள்ள அம்மையார் சாரதா கபீரை திருமணம் செய்துகொள்ள முடிவு செய்தார். தன்னலமற்றவர் என்பதையும் அம்பேத்கரின் கொள்கை களையும், கருத்துக்களையும் அறிந்த அம்மையார் சாரதா கபீர் அவர்கள் அம்பேத்கரை திருமணம் செய்துகொள்ளச் சம்மதித்தார். அம்பேத்கரின் நெருங்கிய நண்பரான சித்ரேவை அம்பேத்கருடைய திருமணத்திற்கு வருமாறு அழைப்பு விடுத்தார். அழைப்பு கடிதத்தில் "நான் செய்வது ஒழுக்க நெறிக்கு எதிரானது இல்லை. என் மகன் யஷ்வந்த் ராவ் மற்றும் மற்றவர்கள் குறை கூறமுடியாது. தந்தையின் ஸ்தானத்திலிருந்து என் மகன் யஷ்வந்த் ராவுக்கு பணமாக ரூபாய் 30,000ம், ரூபாய் 80,000ம் மதிப்புள்ள வீட்டையும் கொடுத்திருக்கிறேன். நான் செய்திருப்பதை விட எந்தவொரு தந்தையும் செய்திருக்க முடியாது" என்று அக்கடிதத்தில் குறிப்பிட்டி ருந்தார். அம்பேத்கர் தனது 56-ஆம் வயதில் 1948-ஆம் ஆண்டு ஏப்ரல் 15-ஆம் நாள் சாரதா கபீர் அம்மையாரை எளிய முறையில் திருமணம் செய்தார்.

தொழிலாளர்களின் தலைவர்

1936-ஆம் ஆண்டு சுதந்திர தொழிலாளர் கட்சி (Independent Labour Party) தொடங்கி அக்கட்சியின் சார்பாகப் போட்டியிட்ட *17* வேட்பாளர்களில், *15* வேட்பாளர்கள் பம்பாய் சட்ட சபைக்கு வெற்றிபெற்றனர். இந்தியாவில் முதன்முதலாகத் தொழிலாளர்களின் பெயரில் தொழிலாளர்களுக்காகக் கட்சி தொடங்கியவர் டாக்டர் அம்பேத்கர்.

1938 பிப்ரவரி *12* மற்றும் *13*-ஆகிய தேதிகளில் தாழ்த்தப்பட்டோர்களின் இரயில்வே தொழிலாளர்களின் மாபெரும் மாநாடு அம்பேத்கர் தலைமையில் மன்மத் (Manmad) என்னும் இடத்தில் கூட்டப்பட்டது. மாநாட்டில் இருபதாயிரம் தொழிலாளர்கள் கலந்துகொண்டனர். அந்த மாநாட்டில் பேசிய அம்பேத்கர் தான் சிறுவனாக இருந்தபோது பஞ்சாலைகளில் தொழிலாளர்களாகப் பணிபுரிந்தவர்களுக்கு உணவு எடுத்துச் சென்றது பற்றியும், அதனால் அவர்களுடைய பிரச்சினைகளைப்பற்றி நன்கு அறிந்து கொள்ள வாய்ப்பு அமைந்தது பற்றியும் விரிவாகப் பேசினார். ஆனாலும் அம்பேத்கர் அவர்கள் "நம் நாட்டில் உழைக்கும் வர்க்கத்திற்கு எதிராக இரண்டு சக்திகள் இருக்கின்றன. ஒன்று பார்ப்பனியம் மற்றது முதலாளித்துவம். பார்ப்பனியத்தை நான் எதிர்க்கிறேன், சுதந்திரம், சமத்துவம், சகோதரத்துவம் ஆகியவற்றுக்கு எதிரான தன்மையையே பார்ப்பனியம் என நான் கருதுகிறேன். அதன்படி பார்த்தால் பார்ப்பனியம் எல்லா சாதிகளிலும் வகுப்புகளிலும் படிந்திருக்கிறது. சமூக உரிமைகளில் தடைபோடுவதுடன் பார்ப்பனியம் நின்றுவிடவில்லை, அது குடியுரிமைகளையும் மக்களுக்கு வழங்கிட மறுத்தது, வாழ்வில் எல்லாவற்றிலும் ஊடுருவி நிற்பது பாரப்பனியம். அதனால் தான் பொருளாதார வாய்ப்புகளையும் அது பாதித்தது. ஆகவே தொழிற்சங்கங்களும், தொழிலாளர்களும் பார்ப்பனியத்திடம் கவனமாக இருக்கவேண்டும்" என்று பேசினார். டாக்டர் அம்பேத்கர் "முதலாளிகளுக்கும் தொழிலாளிகளுக்கு மிடையே ஏதேனும் வேறுபாடு இருப்பினும், அந்த வேறுபாட்டை விடவும் தொழிற்சங்கங்களுக்கிடையே நடக்கின்ற மோதல்கள் மிகவும் ஆபத்தானவை" எனவும் பேசினார்.

1938-ஆம் ஆண்டு செப்டம்பர் மாதம் பம்பாய் சட்டசபையில் ஆட்சியிலிருந்த காங்கிரஸ் அரசால் தொழில் தகராறுகள் மசோதா (Industrial Disputes Bill) கொண்டுவரப்பட்டது. இந்த மசோதாவை

(The worker's civil liberties suppersion Act) என்று அம்பேத்கர் கூறினார். இந்த மசோதா பிற்போக்குத்தனமான தொழிலாளர் விரோத அம்சங்களை கொண்டிருந்ததோடு தொழிலாளர்களின் வேலை நிறுத்தம் செய்யும் உரிமையை முடக்கி சட்டவிரோத மாக்கும் நோக்கத்தோடு கொண்டுவரப்பட்டதாகும். அந்த மசோதா மீது நடந்த விவாதத்தில் பேசிய அம்பேத்கர் அவர்கள், "வேலை நிறுத்தம் என்பது உரிமையை நிலைநாட்டச் செய்யப் படும் ஒரு தவறேயாகும். அது ஒரு தண்டனைக்குரிய குற்றமன்று". ("Strike was a civil wrong and not a crime") "ஒரு மனிதனை அவனுடைய விருப்பத்திற்கு எதிராக வேலைசெய்யும்படி செய்வது அவனை அடிமைப்படுத்துவது போன்றதேயாகும். தொழிலாளரை அடிமைபோல் தண்டிப்பதேயாகும். தான் விரும்புகின்ற தன்மையில் ஓர் ஒப்பந்தத்தின் அடிப்படையில் சுதந்திரமாக தொழிலாளர் வேலை பெறுவதற்கான உரிமையை ஒரு முக்கிய உரிமை என்று கருதுவதைப்போலவே வேலை நிறுத்தம் செய்யும் உரிமையும் புனிதமானதாகும்" என்று கூறினார்.

தொழிலாளர்களின் உரிமையை நிலைநாட்ட குறிப்பாக வேலைநிறுத்தம் செய்யும் உரிமையை உறுதிப்படுத்த இந்தியாவில் இப்படி சரியாக பேசியவர் அண்ணல் அம்பேத்கர் மட்டுமே. இந்தத் தொழிலாளர் விரோத மசோதாவை அம்பலப்படுத்தியே தீருவது என காங்கிரஸ் அரசைக் கண்டித்து 1938 நவம்பர் 7-ஆம் நாள் நாடு தழுவிய ஒரு நாள் வேலை நிறுத்தத்திற்கு அம்பேத்கரின் சுதந்திர தொழிலாளர்கட்சி உள்ளிட்ட கட்சிகள் மற்றும் தொழிற் சங்கங்கள் அழைப்பு விடுத்திருந்தன. நவம்பர் 6-ஆம் நாள் மாலை காம்கார் திடலில் தொழிலாளர் பேரணி நடத்தப்பட்டது. சுமார் 80,000 தொழிலாளர்கள் கலந்துகொண்டனர். இந்த வேலை நிறுத்தத்தில் முதுபெரும் கம்யூனிஸ்ட் தலைவர் S.A. டாங்கே, ஜம்னதாஸ் மேத்தா போன்றோர் கலந்துகொண்டனர். மறுநாள் நடைபெற்ற வேலைநிறுத்தமும் மிகப்பெரிய வெற்றியை அடைந்தது. அம்பேத்கரின் சீரிய முயற்சிகளினாலேயே இந்தியாவில் தொழிலாளர் உரிமை நிலைநிறுத்தப்பட்டது என்பதை இன்றைய தொழிலாளர்கள் உணர வேண்டும். அம்பேத்கரின் தொடர் போராட்டங்களாலும், தொழிற்சங்கங்களை ஒருங்கிணைத்த தொழிலாளர்களின் தலைமைப் பண்புகளாலும் தொழிலாளர்கள் வலிமைபெற்றனர். "உரிமைகளை பறித்தவர் களிடமே வேண்டுகோள்கள் வைப்பதன் மூலம் இழந்த உரிமை களைப் பெற்று விடமுடியாது. இடையறாத போராட்டங்கள்

மூலமே உரிமைகளை நிலைநாட்டமுடியும்" என முழங்கினார் அம்பேத்கர் அவர்கள்.

வைசிராய் நிர்வாக சபை உறுப்பினர்/ தொழிலாளர் நல அமைச்சர்

சர்.சி.பி.ராமசாமி அய்யர், சர்.முகம்மது உஸ்மான், அம்பேத்கர் ஆகியோர் வைஸ்ராய் நிர்வாக சபையில் அங்கத்தினர்களாகச் சேர்த்துக் கொள்ளப்பட்டார்கள். வைஸ்ராய் நிர்வாக சபை விரிவுபடுத்தப்பட்டது. இந்த நியமனத்தைப் பாராட்டி அம்பேத்கருக்கு ஏராளமான வாழ்த்துக் கடிதங்கள் வந்தன. தாழ்த்தப்பட்ட இனத்தவருள் அப்பெரும் பதவியை அதுவரை யாரும் பெற்றதில்லை என்பது குறிப்பிடத்தக்கது.

குடியரசு தினத்தன்று நினைத்துப்பார்க்க வேண்டியவராய், சுதந்திர தினத்தன்று நினைத்துப்பார்க்க வேண்டியவராய், மகளிர் தினத்தன்று நினைத்துப்பார்க்க வேண்டியவராய் அம்பேத்கர் திகழ்கின்றாரோ அப்படியே "மே" தினத்தன்று தொழிலாளர்கள் நினைத்துப் பார்க்க வேண்டியவர் அண்ணல் அம்பேத்கர் அவர்கள்.

இந்திய தொழிலாளர்களின் உரிமைகளையும், நலன்களையும் சட்டத்தின் மூலம் பாதுகாத்த முதல் முன்னோடி டாக்டர் அம்பேத்கர். 1942 ஜுலை 20-ஆம் நாள் அம்பேத்கர் வைஸ்ராயின் நிர்வாகக் குழு (மந்திரிசபையில்) தொழிலாளர் நல அமைச்சராக நாக்பூரிலிருந்து தந்தி மூலமாகப் பொறுப்பேற்றார். 1946 ஜுன் மாதம்வரை அப்பதவி வகித்த அம்பேத்கர் அவர்கள் கொண்டு வந்த தொழிலாளர்கள் நலச் சட்டங்கள் மகத்தானவை.

எட்டு மணிநேர வேலையை உறுதி செய்ய உலகெங்கிலும் ஆயிரக்கணக்கான தொழிலாளர்கள் போராட வேண்டி இருந்தது. ஆனால் எந்தவித போராட்டமின்றி இந்திய தொழிலாளர்களுக்கு எட்டு மணி நேர வேலை என உறுதி செய்தார் டாக்டர் அம்பேத்கர். 1946-ஆம் ஆண்டு பிப்ரவரி மாதம் தொழிலாளர்களின் வேலை நேரத்தை வாரத்திற்கு 54 மணியிலிருந்து 48 மணியாகக் குறைத்து சட்டம் கொண்டு வந்து நிறைவேற்றினார் அம்பேத்கர். (Dr.Babasahab Ambedkar Writing and Speeches, Volume 10, p. 326)

தொழிலாளர் துறை அமைச்சராகப் பதவி வகித்த அம்பேத்கர் அவர்கள் முத்தரப்பு மாநாடு (Tripartite meeting) ஏற்பாடு செய்தார். இதன் மூலம் தொழிற்கூடத்தில் ஏற்படும் பிரச்சினைகளை

தொழிலாளர், ஆலை உரிமையாளர் மற்றும் அரசாங்கம் ஆகிய மூன்று அமைப்பினரும் பேசி நல்ல தீர்வுகள் ஏற்பட வழி வகுக்கப்படும். தொழிலாளர் நலத்துறையின் நிலைக்குழு (Standing Labour Committee) அமைக்கப்பட்டது. (Dr.Babasahab Ambedkar Writing and Speeches, Volume 10, p. 100 - 104).

அத்தியாவசியப் பொருட்களின் விலை கடுமையாக உயரும் காலங்களில் தொழிலாளர்கள் அவதிப்படுவதை கணக்கில் கொண்டு தொழிலாளர்களுக்குப் போதிய அளவு அகவிலைப்படி (Dearness Allowance) அரசு வழங்கும் என்று கூறினார், (Dr.Babasahab Ambedkar Writing and Speeches, Volume 10, p. 100).

1943-ஆம் ஆண்டு ஜுலை *28*-ஆம் நாள் நடைபெற்ற தொழிலாளர்கள் குழுக்கூட்டத்தில் உடல் நலக்காப்பீட்டிற்கான (Scheme of Sikness Insurance for Industrial Wokers) தீர்மானத்தை அம்பேத்கர் கொண்டுவந்தார். (Dr.Babasahab Ambedkar Writing and Speeches, Volume 10, p. 658 - 59).

1945 ஏப்ரல் மாதம் *11*-ஆம் நாள் மகளிர் மகப்பேறு காலச் சட்டம் (Mines Maternity Benefit Amendment Bill) கொண்டு வந்தவர் அம்பேத்கர். இதன் மூலம் பெண் தொழிலாளர்களின் பிரசவ காலத்திற்கு முன்னும் பின்னும் ஓய்வு நாட்களை விடுமுறையுடன் கூடிய ஊதியமாக வழங்க இச்சட்டம் வழிவகை செய்தது. (Dr.Babasahab Ambedkar Writing and Speeches, Volume 10, p. 265)

1943-ஆம் ஆண்டு செப்டம்பர் *15*-இல் நடைபெற்ற இந்திய தொழிலாளர் முத்தரப்பு மாநாட்டில் அம்பேத்கர் அவர்கள் வைப்பு நிதிச் சட்டம் (Provident Fund Act) கொண்டுவர முயன்றார். (Dr.Babasahab Ambedkar Writing and Speeches, Volume 10, p. 102 - 103)

1946-ஆம் ஆண்டு பிப்ரவரி *21*-ஆம் நாள் (Over Time allowance) ஏழு நாட்கள் விடுமுறையுடன் கூடிய ஊதியம் பெற சட்டம் கொண்டு வந்தார். (Dr.Babasahab Ambedkar Writing and Speeches, Volume 10, p. 331)

1943 மே மாதம் *7*-ஆம் நாள் பம்பாயில் அம்பேத்கர் தலைமையில் கூடிய தொழிலாளர் நலனுக்கான நிலைக்குழு (Standing Labour Committee) தேசிய வேலைவாய்ப்பு அலுவலகம் (Employment

Exchange) அமைக்கப்பட வேண்டும் என்பதை வலியுறுத்தி யதன் பேரில் தேசிய வேலைவாய்ப்பு அமைப்பு ஏற்படுத்தப் பட்டது. பல்வேறு திட்டங்களின் கீழ் தொழில் நுட்பப்பயிற்சி பெற்ற தொழிலாளர்களும், ஓரளவே பயிற்சி பெற்ற தொழிலாளர் களும் அவர்கள் பயிற்சிகளை முடித்தபின் அவர்களுக்கு வேலை வாய்ப்பை ஏற்படுத்தித் தர வேண்டும். இதற்கு வேலைவாய்ப்பு தேடித்தரும் அலுவலகம் உதவும் என்ற நோக்குடனேயே இத்திட்டம் கொண்டுவரப்பட்டது. (Dr.Babasahab Ambedkar Writing and Speeches, Volume 10, p. 78)

1944-ஆம் ஆண்டு நவம்பர் *1*-ஆம் நாள் தொழிலாளர்களுக்கு சம்பளத்துடன் விடுமுறை (Holiday with pay for factory workers) என்ற திட்டத்தை முன்மொழிந்தார். இதில் தொழிலாளர்கள் நோயுற்ற போதும் அவர்களுக்கு விபத்து ஏற்பட்டபோதும் கதவடைப்பு அல்லது வேலை நிறுத்தத்தின் போதும் சம்பளத்துடன் விடுமுறை அளிக்க வேண்டும் என்றும் முன்மொழிந்தார். (Dr.Babasahab Ambedkar Writing and Speeches, Volume 10, p. 201 - 203)

1945-ஆம் ஆண்டு டிசம்பர் *15*-இல் இந்திய தொழிற்சாலைப் பணியாளர்களுக்கு குடியிருப்பு வசதிகள் (Housing for India's Industrial Workers) செய்து தரப்படவேண்டும் என வலியுறுத்தி தொழிலாளர்களுக்கான நிலைக்குழுவின் ஏழாவது கூட்டத்தில் (Seventh Meeting of the Standing Labour Committee) வலியுறுத் தினார்.

1946-ஆம் ஆண்டு ஏப்ரல் மாதம் *11*-ஆம் நாள் டாக்டர் அம்பேத்கர் தொழிலாளர்களுக்கான குறைந்தபட்ச சம்பளம் (Minimum Wage) பெறுவதற்கான ஒரு சட்டத்தை முன்மொழிந்தார் (Dr.Babasahab Ambedkar Writing and Speeches, Volume 10, p. 102 - 103)

தொழிலாளர் தலைவராய் இருந்த அம்பேத்கர் பெரும் போராட்டங்கள் நடத்தி தொழிலாளர் உரிமைகளை நிலைநாட்டியது ஒருபுறம் என்றால் தொழிலாளர் நல அமைச்சராய் இருந்த நான்கு வருடங்களில் அவர் கொண்டுவந்த வரலாற்றுச் சிறப்புமிக்க தொழிலாளர் நலச் சட்டங்கள், தொழிலாளர்கள் நன்றியுடன் நினைவு கூறவேண்டிய அம்சங்கள். இந்தியாவில் தொழிலாளர் நலனுக்காக இவ்வளவு சிறப்பான பணிசெய்த தன்னலமற்ற தலைவர் அம்பேத்கர் ஆவார்.

விவசாய சீர்திருத்தம்

செப்டம்பர் 17, 1937-ஆம் ஆண்டு அம்பேத்கர் கோட்டி (Khoti) என்ற ஜமீன்தாரி முறையை எதிர்த்து ஒரு சட்ட மசோதாவைக் கொண்டு வந்தார். (The abolition of the selfdown of agricultural tenants) கோட்டி முறையை மாற்றி அங்கு ரயத்வாரி முறையை கொண்டு வர வலியுறுத்தினார்.

மஹார் ஊழிய மானியம் (Mahar watan land) என்ற பெயரில் கொடுக்கப்பட்ட நிலத்திற்கு, பட்டா வழங்கி மஹார் ஊழியம் செய்யக் கூடாது என்று வலியுறுத்தினார். கிராமங்களில் வசிக்கும் தீண்டப்படாத வகுப்பினர்களுக்கு நிலம் அளிக்கவேண்டும் (Land to the untouchables) என்று டிசம்பர், 1945-இல் கோயம்புத்தூரில் நடைபெற்ற தேர்தல் பொது கூட்டத்தில் அம்பேத்கர் பேசினார்.

✳

10. இந்து சட்ட மசோதா மற்றும் சட்ட அமைச்சர் பதவியை ராஜினாமா செய்தல்

ஆங்கிலேய அரசாங்கமானது இந்து சட்டத்தைத் திருத்தியமைக்க வேண்டுமென்பதற்காக 1941 ஆம் ஆண்டில் சர்.பி.என்.ராவ் (Sir B.N. Rau) தலைமையில் ஒரு குழுவை நியமித்து நாட்டின் பல்வேறு பாகங்களுக்கும் சென்று பலரைச் சந்தித்து இந்து சட்ட மசோதாவை உருவாக்கியது. இது 1946-ஆம் ஆண்டிலிருந்தே மத்தியச் சட்ட சபையின் பரிசீலனையில் இருந்து வந்தது. பேரறிஞர் அம்பேத்கர் இந்த மசோதாவை சரி செய்து நிறைவேற்ற வேண்டுமென்பதில் மிகவும் ஆர்வமாக இருந்தார். கூட்டுக் குடும்பம், பெண்களுக்குச் சொத்துரிமை மற்றும் மறுதிருமணம் போன்ற வற்றில் பெரும் மாறுதல்களைச் செய்தார்.

அண்ணல் அம்பேத்கர் சுதந்திரம், சமத்துவம் மற்றும் சகோதரத்துவம் ஆகியவற்றில் அளவிலா பற்றுள்ளவர். மனிதர்களிடையே ஆண்களும், பெண்களும் ஏற்றத்தாழ்வின்றி சமத்துவமாக போற்றப்பட வேண்டும் என்று கூறியவர். பெண்களின் நிலையும், கௌரவமும் குறைந்ததற்கு முக்கிய காரணம் மநுதர்மமாகும். பெண் குழந்தையாக இருக்கும் போது அவளை தந்தை பாதுகாக்க வேண்டும், பெண் வாலிப வயதில் இருக்கின்ற பொழுது அவள் கணவன் பாதுகாப்பில் இருக்க வேண்டும். பெண் வயதான பிறகு அவளின் மகன்களின் பாதுகாப்பில் இருக்க வேண்டும் என்று மநு கூறுவதை டாக்டர் அம்பேத்கர் சுட்டிக் காட்டினார்.

பம்பாய் சட்டமன்றத்தில், பிரிட்டிஷ் ஆட்சிக்காலத்தில் தொழிலாளர் அமைச்சர் (Member) பதவியை வகித்தபோதும், அரசியல் சட்ட வரைவுக்குழுவின் தலைவராக இருந்தபோதும், சுதந்திர இந்தியாவின் முதல் சட்ட அமைச்சராக இருந்தபோதும் பெண்களின் உரிமைக்காகத் தொடர்ந்து குரல் கொடுத்து வந்துள்ளார். கணவனுக்கும் மனைவிக்கும் இடையே உள்ள உறவு எஜமான - அடிமை என்று இல்லாமல் இருக்க வேண்டும். அவர்கள்

நண்பர்களாக இருக்க வேண்டும். பெண்களுக்கு பெற்றோர் களின் சொத்தில் உரிமை, மறுதிருமணம் போன்ற கருத்துகளை வலியுறுத்தி இந்து சட்ட மசோதா (Hindu Code Bill) ஒன்றை பாராளுமன்றத்தில் சமர்ப்பித்தார்.

இந்த மசோதாவுக்கு சாதிய மேல்தட்டுப் பகுதிகளிலிருந்து பலத்த எதிர்ப்பு வந்தது. முதல் பொதுத் தேர்தல் முடிவுற்றபின் அந்த மசோதாவை எடுத்துக்கொள்ளவேண்டுமென்று சிலர் கூறினர். இந்துக்களுடைய பழக்கவழக்கங்களும் மரபுகளும் இச்சட்டத்தின் மூலம் ஒழிந்து போகும் என்று எதிர்ப்பாளர்கள் அம்மசோதாவை எதிர்த்தார்கள். முதல் பொதுத் தேர்தல் முடிவுற்ற பின்னர் தான் இந்த மசோதாவை எடுத்துக்கொள்ள வேண்டு மென்று சிலர் கூறினர். இது அரசியல் சட்டத்தின் அடிப்படை உரிமைக்கு முரண்பட்டது என்று வேறுசிலர் கூறினர்.

சட்ட மாமேதை அம்பேத்கர் இந்த எதிர்ப்பாளர்களுக்கு பதில் கூறுகையில், தான் கொண்டு வந்த இந்து சட்ட மசோதாவானது இந்து சாஸ்திரங்கள், ஸ்மிருதிகள் ஆகியவற்றை அடிப்படையாகக் கொண்டதென்றார். சொத்துரிமை என்பது இந்துமதச்சட்டத்தின் தயாபாகா (Dayabhag) என்பதிலிருந்து உருவாக்கப்பட்டது. சொத்தில் பெண்களுக்கு உரிமை கொடுப்பது என்பது பிருகஸ்பதி ஸ்மிருதியை (Brihaspathi smriti) அடிப்படை யாகக் கொண்டதாகும் என்றும் விவாகரத்து என்பதை கௌடில்யரின் அர்த்த சாஸ்திரத்தில் இருந்தும், பரஷார ஸ்மிருதி (Parashara Smriti) என்ற ஹிந்து மதக் கோட்பாட்டிலிருந்தும் எடுத்துக் கொள்ளப்பட்டதென்றும் அவர் மேலும் விளக்கிக் கூறினார்.

காங்கிரஸ் கட்சிக்குள்ளும் பலத்த கருத்து வேறுபாடு எழுந்தது. இந்துச் சட்ட மசோதாவிற்கு ஆதரவாகவும் எதிராகவும் குரல்கள் எழுந்தன. காங்கிரஸ் கட்சியின் மற்றொரு முக்கியத் தலைவரான வல்லபாய் பட்டேலோ இந்த மசோதாவை எதிர்த்ததோடு அது பரிசீலனைக்கே எடுத்துக்கொள்ளக்கூடாது என்று பிடிவாதமாகக் கூறினார். டாக்டர் ராஜேந்திர பிரசாத்தும் இந்த மசோதாவை எதிர்த்தார்.

இந்தச் சூழ்நிலையில்தான் **1951-ஆம்** ஆண்டு பிப்ரவரி **5-ஆம்** தேதியன்று அண்ணல் அம்பேத்கர் இந்த மசோதாவை நாடாளுமன்றத்தில் அறிமுகப்படுத்தினார். ஆகஸ்ட் மாதம் **10-ஆம்** தேதியன்று பிரதமர் நேருவுக்கு அண்ணல் அம்பேத்கர் கடிதம்

அனுப்பினார். தன் உடல்நிலை மோசமாகி வருவதாகவும் எனவே, அந்த மசோதாவை விரைவில் நிறைவேற்றப்பட வேண்டும் எனவும் அக்கடிதத்தில் குறிப்பிட்டிருந்தார். செப்டம்பர் மாத ஆரம்பத்தில் விவாதத்திற்கு எடுத்துக் கொள்ளப்படுமென்று நேரு உடனே பதில் அனுப்பினார்.

செப்டம்பர் மாதத்தில் நாடாளுமன்றக் கூட்டம் தொடங்குவதற்கு முன்னர் காங்கிரஸ் கட்சியின் நாடாளுமன்ற கட்சி உறுப்பினர்கள் கூட்டம் நடைபெற்றது. பெரும்பான்மை யான உறுப்பினர்கள் இந்த மசோதாவை எதிர்த்ததுடன் அதன் மீதான விவாதத்தை ஒத்தி வைக்க வேண்டும் என்றும் கோரினார்கள். வாக்களிக்கும் உரிமை காங்கிரஸ் உறுப்பினர்களுக்கு அளிக்கப் பட்டது. திருமணம் மற்றும் விவாகரத்து குறித்த இந்து சட்ட மசோதாவின் ஒரு பகுதி மட்டும் விவாதிக்கலாம் என காங்கிரஸ் உறுப்பினர்கள் முடிவு செய்தனர். சொத்துரிமை குறித்த மற்ற பகுதிகள் நேரமிருந்தால் பின்னர் விவாதிக்கப்படுமென்று முடிவு செய்யப்பட்டது. செப்டம்பர் 17-ஆம் தேதியன்று இந்த மசோதா விவாதத்திற்கு எடுத்துக் கொள்ளப்பட்டது. இதற்கு ஆதரவாகவும் எதிராகவும் பெண்கள், நாடாளுமன்றக் கட்டடத்தின் அருகே ஆர்ப்பாட்டம் செய்ததால், கட்டடத்தைச் சுற்றி பலத்த காவல் போடப்பட்டது. இந்து மசோதாவை டாக்டர் சியாம் பிரசாத் முகர்ஜி, சர்தார் பூபேந்திர சிங் மான், பண்டிதர் மதன்மோகன் மாளவியா ஆகியோர் எதிர்த்தனர்.

இந்த மசோதாவை அரசியல் சட்டத்தில் தங்களுக்குள்ள நம்பிக்கையின் சாட்சியாகும் என்று பெண் உறுப்பினர்கள் பாராட்டினர். உட்கட்சி நிர்ப்பந்தமானது நேருவை அசைத்து விட்டது. அவர் இந்த விஷயத்தில் தன் உறுதியை இழந்தார். இந்த மசோதாவின் திருமணம் மற்றும் விவாகரத்து சம்பந்தமான பகுதி மட்டும் ஒரு தனியான மசோதாவாகக் கருதப்பட வேண்டுமென்று ஒரு சமரசம் ஏற்படச் செய்தார். அதன்படி செப்டம்பர் 19-ஆம் தேதி அந்தப் பகுதி மட்டும் கொண்ட இந்த சட்ட மசோதா ஒரு தனியான மசோதாவாகிறது என்று அம்பேத்கர் அறிவித்தார். திருமணம் மற்றும் விவாகரத்து மசோதா என்ற பெயரில் இது இருக்கும் என அண்ணல் அம்பேத்கர் கூறினார்.

சட்ட அமைச்சர் பதவியைக் கைவிடல்

இந்த மசோதா மீதும் காரசாரமான விவாதம் நடைபெற்றது. ஆனால் இந்த மசோதாவும் முடிவடையாமல் கிடப்பில்

போடப்பட்டது. "இந்த மசோதாவானது நான்கு ஷரத்துக்கள் நிறைவேற்றப்பட்ட பிறகு அழுவாரின்றி, அழுங்குரலோசை இன்றிக் கொன்று புதைக்கப்பட்டுவிட்டது" என்று சோகத்துடன் அம்பேத்கர் குறிப்பிட்டார்; செப்டம்பர் 27-இல் தன் பதவி விலகல் கடிதத்தை பிரதமர் நேருவுக்கு அனுப்பினார். பிரதமர் நேரு பதிலளிக்கையில் அந்தப் பாராளுமன்ற கூட்டத் தொடர் முடிவுறும் நாள் அன்று ராஜினாமாவை ஏற்றுக் கொள்வதாகக் கூறினார். அவரது கோரிக்கை பாராளுமன்றத்தில் ஏற்க மறுத்ததால் தன்னுடைய சட்ட அமைச்சர் பதவியை 27-ஆம் நாள் செப்டம்பர் மாதம் 1951-இல் ராஜினாமா செய்தார். அதற்கு முக்கிய காரணம் என்னவென்றால் இந்துமதத்தை சீர்திருத்தம் செய்ய அம்பேத்கர் கொண்டு வந்த திட்டத்தை (Hindu Code Bill), நேரு தலைமை யிலான அரசு நிராகரித்தது.

11.10.1951-இல் அம்பேத்கர் தனது அறிக்கையைப் படிக்க பாராளுமன்ற உதவி சபாநாயகரிடம் அனுமதி கேட்டார். அந்த அறிக்கையைப் படிக்கும் முன் தான் அதைப் பார்க்க வேண்டும் என்று உதவி சபாநாயகர் சொன்னார். உடனே அண்ணல் அம்பேத்கர் தான் இனி சபையில் ஒரு மந்திரி அல்லவென்றும் அறிக்கையை முன்னதாகக் கொடுக்க மறுப்பதாகவும் கூறி சபையை விட்டு வெளியேறினார். மறுநாள் அவர் சபைக்கு வந்து எதிர்க் கட்சியினருடன் அமர்ந்தார்.

தன் பெயரிலுள்ள மற்ற மசோதாக்கள் நிறைவேறும் வரை தான் பதவியிலிருப்பதாகவும், அவற்றை விரைவில் முடிவெடுக்க வேண்டும் என்றும் கூறினார். நேருவும் அதை ஏற்றுக் கொண்டார். அண்ணல் அம்பேத்கரின் கடின உழைப்பைப் பாராட்டினார். இவ்வாறாக பெண்களின் பிரச்சினையை மனிதாபிமானத்தோடு அணுகினார். பெண் விடுதலைக்கு வித்திட்டார். மேலும் மக்கள் தொகையை கட்டுப்படுத்த குடும்பக் கட்டுப்பாடு போன்றவற்றை நிறைவேற்ற வலியுறுத்தினார். இது அவரின் தொலைநோக்குப் பார்வையாகும்.

பெண் - உரிமைகளுக்கான இதரப் பணிகள்

நாக்பூரில் பெண்கள் மாநாட்டில், தேவதாசி பெண்கள் திருமணம் செய்துகொண்டு குடும்ப வாழ்க்கைக்கு வரவேண்டும் என வலியுறுத்தினார். பெண்கள் அமைப்பு ரீதியாக ஒன்றுபட்டால் தான் அவர்களுடைய வாழ்க்கை முன்னேற்றமடையும் என்று

கூறினார். குழந்தைகளுக்கு கல்வி கற்பிக்கவும், அவர்களுக்குக் கல்வியின் அவசியத்தை ஊக்குவிக்கவும் பெண்கள் முன்வர வேண்டும் என்றும் கூறினார்.

1. பரம்பரை சொத்தில் பெண்களுக்கு சமஉரிமை

இந்து வாரிசுரிமை சட்டதிருத்த மசோதா *1.* Tamil Nadu - The Hindu Succession (Tamil Nadu Amendment) Act 1989 மற்றும் *2.* Hindu Succession (Amendment) Bill 2004 பெண்கள் (மகள்கள்) குடும்ப சொத்தில் சமமாகப் பங்குபெற வாய்ப் பளிக்கிறது. அண்ணல் அம்பேத்கர் பெண்ணுரிமைக்காக முயற்சிசெய்து வெற்றிபெறவில்லையானாலும் பிற்காலத்தில் பெண்ணுரிமைக்காக அவர் எடுத்துக் கொண்ட முயற்சிகள் ஒவ்வொன்றாக நம்நாட்டில் அரசியல் சட்டரீதியாக அங்கீகரிக்கப்பட்டுள்ளன.

✹

11. டாக்டர் அம்பேத்கர் எழுதிய முக்கிய புத்தகங்கள்

டாக்டர் பாபாசாகிப் அம்பேத்கரின் புத்தகங்கள் இன்றும், என்றும் போற்றக்கூடியதாகவும், ஒடுக்கப்பட்ட மக்களின் வாழ்க்கை முறைக்கு வழிகாட்டுவதாகவும் உள்ளது. இந்தியாவில் இதுவரை தோன்றிய அரசியல் அறிஞர்களில் அதிக புத்தகங்களை படித்தவரும் அம்பேத்கர்தான், அதிக அளவில் புத்தகங்களை எழுதியவரும் அம்பேத்கர்தான்.

லண்டனில் கிரேஸ்-இன் கல்வியில் கல்லூரியில் படித்த போதும் லண்டன் அருங்காட்சியக நூலகத்தில் (London Museum Library) காலை முதல் மாலை வரை படிப்பார். அந்த நூலகத்தில் அதிகநேரம் படித்தவர் அம்பேத்கர்தான் என ஒரு குறிப்பும் உள்ளதாகக் கூறுவர்.

பொருளாதார புத்தகங்கள்

கிழக்கிந்திய கம்பெனியின் நிர்வாகமும் - நிதிக்கோட்பாடும்

இந்தியாவில் சிறுநிலவுடைமையும் அதற்கான தீர்வுகளும்

ரூபாயின் பிரச்சினை

மாநிலங்களும் சிறுபான்மையினரும்

பொது புத்தகங்கள்

சாதி ஒழிப்பு

பாகிஸ்தான் அல்லது இந்திய பிரிவினை

திரு. காந்தியும் தீண்டத்தகாத மக்களின் விடுதலையும்

ராணடே - காந்தி - ஜின்னா

காங்கிரசும் காந்தியும் தீண்டத்தகாத வகுப்பினருக்கு செய்ததென்ன? வகுப்புவாரி சிக்கலும், அதைத் தீர்ப்பதற்கான வழியும்

சூத்திரர்கள் யார்?
தீண்டத்தகாதவர்கள்
இந்துப் பெண்களின் எழுச்சியும், வீழ்ச்சியும்
புத்தரும் அவருடைய மதத்தின் எதிர்காலமும்
புத்தரும் அவருடைய தம்மமும்
பண்டைய இந்தியாவில் புரட்சியும், எதிர்ப்புரட்சியும்

ஆய்வுக் கட்டுரைகள்

டாக்டர் அம்பேத்கர் அவர்கள் நூற்றுக்கணக்கான ஆய்வுக் கட்டுரைகளை எழுதியுள்ளார். அவைகளில் முக்கியமானவைகளாக கீழ்க்கண்ட கட்டுரைகளை நாம் சொல்லலாம்.

பாரம்பரியப் பணிகள்
கோட்டி நிலவுடைமை முறை ஒழிப்பு
கிராம பஞ்சாயத்து
இந்தியாவில் சாதிகள்
இந்தியாவில் பௌத்தத்தின் எழுச்சியும், வீழ்ச்சியும்
புத்தமும், கம்யூனிசமும்
பாராளுமன்ற ஜனநாயகத்தின் எதிர்காலம்

சிறந்த கல்வியாளர்

டாக்டர் அம்பேத்கர் அரசியல், சமூகம், சட்டம், பொருளாதாரம், சமயம், தத்துவம், வரலாறு, பொறியியல்துறை, பண்பாடு, கல்வி, சீர்திருத்தம் என எல்லாத்துறைகளிலும் மேதைமை பெற்று சிறந்து விளங்கிய மாபெரும் மனிதர். எல்லாமும் கலந்து ஒன்றுக் கொன்று முரண்படாமல் ஒன்றையொன்று ஆதாரமாகக் கொண்டு தன் வாழ்க்கை தத்துவத்தோடு மாறுபடாமல் உன்னதமான வாழ்க்கையை உயர்த்திப் பிடித்தவர்.

அம்பேத்கர் கல்வியின்பால் அளவுகடந்த ஆர்வம் கொண்டிருந்தார். கல்வி மட்டுமே ஒரு மனிதனை தாழ் நிலையில் இருந்து விடுவித்து வலிமை மிக்கவனாக மாற்றும் ஆயுதம் என அடிக்கடி சொல்லுவார். கல்வி மட்டுமே ஒருவரை உயர்நிலைக்குக் கொண்டு செல்லும் என்பதை உணர்ந்ததாலேயே அம்பேத்கர்

மக்கள் கல்விக் கழகம் (People's Education Society) என்கிற கல்வி நிறுவனத்தை மும்பையில் **1945** ஜுலை *8*-ம் நாள் தொடங்கினார். அதன் மூலம் கீழ்க்கண்ட கல்லூரிகளை ஏற்படுத்தினார்.

1. சித்தார்த்தா கலை மற்றும் அறிவியல் கல்லூரி, மும்பை *(1946)*

2. சித்தார்த்தா இரவு பள்ளி *(1947)*

3. மிலிந்த் மஹாவித்யாலயா *(1950)*

4. சித்தார்த்தா பொருளாதாரம் மற்றும் வணிகவியல் கல்லூரி *(1953)*

5. மிலிந்த் பல்நோக்கு உயர்நிலைப்பள்ளி *(1955)*

6. சித்தார்த்தா சட்டக்கல்லூரி *(1956)*

மேலும் பல்வேறு கல்வி நிறுவனங்களை தொடங்கி சமூக மாற்றத் திற்கு வித்திட்டார்.

❋

12. டாக்டர் அம்பேத்கர் பங்காற்றிய பத்திரிகைகள்

Mass Media (மாஸ் மீடியா) என்று சொல்லப்படுகிற வெகுஜன ஊடகங்கள் இன்றைய சமூக அமைப்பில் மிகவும் முக்கியமான பணியைச் செய்துவருகிறது. ஊடகங்கள் மக்கள் கண்டு களிப்பதற்கும், காது குளிரக் கேட்பதற்கும் மற்றும் படித்து அறிவை வளர்க்க செய்தித் தாளாகவும், பருவகால இதழ்களாகவும் வெளி வருகின்றன. அண்மைக் காலங்களில் வலைதளம் (Internet) மிக அதிக அளவில் மக்களின் கவனத்தை கவர்ந்து வருகிறது.

மேலே கூறப்பட்ட ஊடகங்கள் மக்களின் அறிவை வளர்ப்பதற்கான ஒரு கருவியாகப் பயன்படுகிறது. ஊடகங்கள் சமுதாயத்தைக் கூட மாற்றியமைக்கக்கூடிய தகுதி பெற்றவைகள். வாயில்லா மக்களின் குரலாக ஒலிப்பதற்கும் நாட்டை நல்ல முறையில் கட்டமைப்பதற்கும் ஊடகங்கள் பயன்படுகின்றன. மீடியா என்பது சமூகத்தை பிரதிபலிக்கின்ற கண்ணாடி எனக் கூறப்படுகிறது.

அறிவுலக மேதை பாபாசாகேப் அம்பேத்கர் அவர்கள் 'மூக் நாயக்' Mook Nayak (Leader of the Voiceless or Leader of the Dump) என்ற மாதம் இருமுறை வருகின்ற பத்திரிகையை மராட்டி மொழியில் ஜனவரி 31-ஆம் தேதி 1920-ஆம் ஆண்டு ஆரம்பித்தார். இந்த பத்திரிகையை துவங்குவதற்கு கோலாப்பூர் சாகு மகாராஜா உதவினார். இந்த பத்திரிகை ஒன்றரை ஆண்டுகள் வெளிவந்தது. சாகு மகாராஜர் சமூக மறுமலர்ச்சியில் அக்கறை உடையவர், ஒடுக்கப்பட்ட மக்கள் முன்னேற்றத்திற்காகப் பாடுபட்டவர் என்பதை இவ்வேளையில் நாம் நினைவு கூரத்தக்கது.

1920 மார்ச் 21-இல் கோலாப்பூர் அரசின் மன்கோன் என்ற இடத்தில் நடைபெற்ற தீண்டப்படாதவர்கள் மாநாட்டிற்கு அண்ணல் அம்பேத்கர் தலைமை தாங்கினார். இதில் சாகு மகாராசாவும் கலந்துகொண்டார். டாக்டர் அம்பேத்கர் உருவில் உங்கள் மீட்பரைக் கண்டறிந்துள்ளீர்கள். உங்கள் அடிமை

விலங்கை இவர் உடைத்தெறிவார் என்ற நம்பிக்கை எனக்கு இருக்கிறது. அது மட்டுமன்று, ஒரு காலம் வரும் அப்போது அனைத்திந்திய அளவில் மதிப்பு வாய்ந்த புகழ்மிக்க தலைவர்களில் ஒருவராக இவர் திகழ்வார் என்று மனச்சான்று சொல்கிறது என எதிர்காலத்தை உய்த்துணர்ந்து அறிவிப்பதுபோன்று கோலாப்பூர் அரசர் உரைத்தார். இந்த மாநாட்டின் முடிவில் பல சாதி மக்களும் கலந்து கொண்ட விருந்தும் நடந்தது. இதில் மேன்மை மிகு மன்னரும் அரசு அதிகாரிகளும் பாளையக்காரர்களும், டாக்டர் அம்பேத்கர் தலைமையில் தீண்டப்படாதவர்களும் மற்றவர்களும் கலந்து கொண்டனர்.

'மூக் நாயக் பத்திரிகை'யின் முதல் வெளியீட்டில், "இந்தியா ஒரு ஏற்றத் தாழ்வு உடைய வீடு" (India a home of inequality) என்று வர்ணித்தார் அண்ணல் அம்பேத்கர். மேலும், அப்பத்திரிகையில், "இந்து சமூகத்தை ஒரு பெரிய பலஅடுக்கு கட்டடம் என்றும் அதற்கு ஏணிப் படிகளோ அல்லது வாயில் கதவுகளோ இல்லை." (Hindu society as tower which have several storeys without a ladder or an entrance. One was to die in which one was born) என்று வர்ணித்தார்.

மேலும் ஒடுக்கப்பட்ட மக்களை தொடர்ந்து துன்புறுத்திக் கொண்டிருக்கும் அடிமை (Perpetual Slavery, Poverty and Ignorance) போன்றவைகளில் இருந்து பாதுகாக்கப்பட வேண்டும் என்று கூறியுள்ளார். மேலும் ஒடுக்கப்பட்ட நிலையிலிருந்து வெளிவர அவர்களுக்கு விழிப்புணர்ச்சி செய்ய வேண்டும் என்று அண்ணல் அம்பேத்கர் கூறியுள்ளார்.

'பகிஷ் கிரித் பாரத்' (The Excluded India or the Ostracized India) என்ற மராத்தி பத்திரிகையை அண்ணல் அம்பேத்கர் ஏப்ரல் 3-ஆம் நாள் 1927-ஆம் ஆண்டு துவக்கினார். இப்பத்திரிகை மாதம் இருமுறை வந்தது. இந்தப் பத்திரிகையைத் தொடர்ந்து வெளியிட ஒரு அச்சகத்தை பொது மக்கள் நிதியுடன் வாங்கி அதற்கு Bharat Bhushan Printing Press எனப் பெயரிடப்பட்டது. இதில் வெளியிடப்பட்ட செய்திகள் தரமிக்கவைகளாக வெளிவந்தது. இந்தப் பத்திரிகை சுமார் இரண்டு வருடங்கள் வரை வெளி வந்தன. அண்ணல் அம்பேத்கர் சமத்துவம் (Equality) என்ற மூன்றாவது பத்திரிகையைத் துவக்கினார். இந்த பத்திரிகைக்கு பின்னர் 1930-இல் "ஜனதா" (Janatha - The People) எனப் பெயரிடப் பட்டது. மாதம் இருமுறை இந்தப் பத்திரிகை வெளிவந்தது. இந்தப் பத்திரிகை 26 ஆண்டுகள், அதாவது 1956 ஆம் ஆண்டு

அண்ணல் அம்பேத்கர் பவுத்த மதமாற்றத்திற்கு சற்று முன்னர் வரை தொடர்ந்தது. மதம் மாறும் சமயத்தில் இந்தப் பத்திரிகையின் பெயர் "பிரபுத்த பாரத்" (Enlightend India) என்று மாற்றப்பட்டு வெளிவரத் தொடங்கியது.

டாக்டர் அம்பேத்கர் வைசியராய் நிர்வாகக் குழுவின் உறுப்பினராக இருந்த போதும் அரசியல் சட்ட வரைவுக் குழுவின் தலைவராக இருந்தபோதும், அலுவல் சம்பந்தமாக சுற்றுலா சென்றபோதும் வெளிநாடுகளுக்கு சுற்றுலா செய்த போதும் அவருடைய பத்திரிகைகளுக்கு அவர் எழுதத் தவறுவதில்லை. குறிப்பாக 1932-ஆம் ஆண்டு வட்டமேஜை மாநாட்டுக்கு லண்டன் சென்ற போதும் அவர் பத்திரிகைகளுக்கு எழுதத் தவறியதில்லை.

டாக்டர் அம்பேத்கரின் பத்திரிகை நிர்வாகம் மற்றும் பத்திரிகை எழுத்தாளர் என்ற தலைப்பில் பல்வேறு ஆய்வுக் கட்டுரைகள் மற்றும் புத்தகங்கள் எழுதப்பட்டுள்ளன.

எடுத்துக்காட்டாக

1. "Dr. Ambedkar and Journalism" Aurangabad University.
2. "Effect of Dr. Ambedkar's Journalism on Dalit Literature", Jawaharalal Nehru University, New Delhi.

என்ற முனைவர் பட்ட ஆய்வு நூல்களும், மேலும்

1. "Pattakar Ambedkar"
2. "Lokpattakar Ambedkar"

என்ற தலைப்புகளில் புத்தகங்களும் வெளியிடப்பட்டுள்ளன. அண்ணல் அம்பேத்கர் மூக் நாயக் மற்றும் பகிஸ்கிரித் பாரத் என்ற பத்திரிகைகளை 1920களிலும், சமத்துவம், ஜனதா மற்றும் பிரபுத்த பாரத் போன்ற பத்திரிகைகளை 1930களிலும் அதற்குப் பின்னரும் நடத்தியுள்ளார். டாக்டர் அம்பேத்கர் ஆரம்பித்த பத்திரிகைகளுக்கும் இவர் இட்ட பெயர்களிலிருந்து பத்திரிகை துவக்கிய காரணத்தை நம்மால் அறிய முடிகிறது. அந்த பத்திரிகைகள் பெயர்கள் ஒடுக்கப்பட்ட மக்களோடு தொடர்புடைய வார்த்தைகளாகும்.

தமிழ்நாட்டில் 1869-ஆம் ஆண்டிலிருந்து தலித் தலைவர் களால் கடந்த 150 ஆண்டுகளாக பத்திரிகைகள் நடத்தப்பட்டு வருகின்றன. அவைகளாவன:

1. 1869 - சூரியோதயம் - ஆசிரியர், அயோத்திதாசர்

2. 1871 -பஞ்சமன்- ஆசிரியர், அயோத்திதாசர்

3. 1885 - திராவிட மித்திரன் - ஆசிரியர், ஜான் ரெத்தினம்

4. 1886 - ஆன்றோர் மித்திரன், ஆசிரியர், வேலூர் பண்டிட் முனுசாமி

5. 1888 - மகா விகடதூதன்-ஆசிரியர்,முத்து வீரப்பாவலர்.

6. 1893 - பறையன்-ஆசிரியர், இரட்டைமலை சீனிவாசன்

7. 1898 - இல்லற ஒழுக்கம்

8. 1900 - பூலோக வியாசன்-ஆசிரியர், பூஞ்சோலை முத்துவீரப் பாவலர்.

9. 1907 - தமிழன், ஆசிரியர் - பண்டிதர் க. அயோத்திதாசர்.

10. 1907 திராவிடக் கோகிலம், சென்னை தலித் கிறுத்துவ சங்கத்தால். பதிப்பிக்கப்பட்டது.

11. 1916 - தமிழ்ப் பெண்- ஆசிரியர், திருமதி கே.சுவப்பனேஸ்வரி அம்மாள்.

12. 1916 - ஆன்றோர்மித்திரன்

13. 1919 - ஆதிதிராவிடன், ஆசிரியர், திரு.எஸ்.பி.கோபாலசாமி, தென்னிந்திய சங்கம், இலங்கை.

14. 1924 - திராவிடதூதன் ஆசிரியர் திரு. ரங்கூன் T.M. கனகசபை அவர்கள்

15. 1926 - தமிழன்- ஆசிரியர், திரு. தங்கவயல் பண்டிதமணி G. அப்பாதுரையார்

16. 1934 - ஆதிதிராவிடமித்திரன்- திரு. R. ராஜகோபால்

17. 1936 - தருமதொனி, திரு. C.J. பட்டாபிராமன்

18. 1940 - புத்துயிர், திரு. குருசாமி

19. 1943 - உதய சூரியன், திரு. J.J. தாஸ் திரு ஆ. மூர்த்தி

20. 1947 சமத்துவ சங்கு, திரு. தளபதி எம். கிருட்டிணசாமி

21. 1948 சமத்துவம், சேலம் உரிமை திரு. A ரத்தினம்

22. 1953 ஜனக்குரல், திரு. M. சுந்தரராஜன்

23. மக்கள் குரல், திரு. P. சுந்தராஜன்

24. புதிய சகாப்தம், திரு.வை. பாலசுந்தரம்

25. கவிஞன் - சென்னை

26. விடுதலைமுரசு, தொண்டு, திரு. வ. வீராசாமி திருச்சி

27. அம்பேத்காரிஸ்ட், அன்பு பொன்னோவியம் - வை. ஜெயராமன், சென்னை.

28. நீலக்கொடி, ஆசிரியர் டேவிட் அம்பேத்கர்

29. தமுக்கு, TTS, மதுரை.

30. மருதமலர், உமா சங்கர், பாளையங்கோட்டை

31. அம்பேத்கர்முரசு திரு. கஜேந்திரசட்கர்

32. தலித்வாய்ஸ் - ராஜசேகர ஷெட்டி (ஆங்கிலம்), பெங்களூர்.

33. இனப்போர் மூ. ரவீந்தர் - பெங்களூர்

34. 1981 தீச்சோலை இரா. பத்மநாதன்

35. 1984 எரிமலை -திரு. இரத்தினம்

36. 1983 தண்டனை - மனிதநீதி

37. புதுமைத்தாய், திரு.பாவலர் பாணன்

38. 1986 தலித்விடுதலை, மதுரை சம்பந்தம்

39. தலித்குரல், (தமிழ்), சென்னை.

40. அறவுரை, அன்புபொன்னோவியம்

41. அம்பேத்கர் அறிவுலகம், ஆசிரியர் தமிழ் மறையான்

42. Voice of Ambedkar - ஆசிரியர் தமிழ் மறையான்

43. விடுதலை மணி - ஆசிரியர் வினிதன்

44. தலித் முரசு, புனித பாண்டியன், சென்னை.

45. தாய்மண், விடுதலை சிறுத்தைகள் கட்சி, சென்னை.

46. நிதிச்சக்கரம் சுழல்கிறது, P. சந்திரகேசன், சென்னை.

47. நீதிக்கான விடியல், P. சந்திரகேசன், சென்னை.

48. புதிய தமிழகம் ஆசிரியர் Dr. கிருஷ்ணசாமி, புதிய தமிழகம் கட்சி, சென்னை.

49. எழுச்சி, ஆசிரியர் Dr.C.K. தமிழரசன்.

50. புதிய கோடங்கி- ஆசிரியர், P. சிவகாமி, IAS

இந்தப் பத்திரிகைகளின் மூலம் தாழ்த்தப்பட்டோர்களின் குறைகளை அரசுக்கு எடுத்துக் கூறவும் மேலும் தாழ்த்தப்பட்ட மக்களுக்கு அறிவு புகட்டவும், எழுச்சி பெறவும் பயன்பட்டது.

அண்ணல் அம்பேத்கர் பத்திரிகைகளை ஆரம்பித்ததன் மூலம் சமூகப் புரட்சிக்கு வித்திட்டார். மேலும் கோடிக் கணக்கான மக்களின் வாழ்க்கைத் தரத்தை உயர்த்துவதற்கு இந்தப் பத்திரிகைகள் உதவும் என்று நம்பினார்.

ஒரு முக்கியமான நிகழ்வை நாம் இங்குக் குறிப்பிட வேண்டும். கேசரி என்ற பத்திரிகையில் மூக் நாயக் என்ற பத்திரிகையை விளம்பரப்படுத்துவதற்காக விளம்பர கட்டணத்தோடு அணுகிய போது அதற்கான விளம்பரத்தை அந்தப் பத்திரிகை வெளியிட மறுத்தது. கேசரி என்ற பத்திரிகையின் நிறுவனர் மற்றும் ஆசிரியர் பால கங்காதர் திலக். அப்போது திலக் உயிரோடு இருந்தார் என்பது குறிப்பிடத்தக்கது.

டாக்டர் அம்பேத்கர் ஒடுக்கப்பட்ட மக்களுக்காக நடத்திய போராட்டங்களை நடுநிலையிலிருந்து ஊடகங்கள் பார்க்கத் தவறின. குறிப்பாக லண்டனில் நடைபெற்ற வட்டமேஜை மாநாட்டில் ஒடுக்கப்பட்ட மக்களுக்காக அவர் எழுப்பிய குரல் அங்கீகரிக்காமல் அவரை ஒரு தேசத் துரோகி என அடையாளம் காட்டியது. மேலும் ஒடுக்கப்பட்ட மக்களின் முன்னேற்றத்திற்காக டாக்டர் அம்பேத்கர் பாடுபட்டதின் விளைவாக தனி வாக்காளர் முறை மற்றும் இரட்டை வாக்குரிமையை பிரிட்டிஷ் அரசாங்கம் அறிவித்தபோது ஊடகங்கள் அம்பேத்கரை இகழ்ந்து தாக்கின. வைசிராய் நிர்வாக சபையில் தொழிலாளர் அமைச்சராக அம்பேத்கர் பதவி ஏற்ற போதும் அம்பேத்கரை ஊடகங்கள் இகழ்ந்து எழுதின.

இன்றும் தாழ்த்தப்பட்ட மக்கள் மீது தொடுக்கப்படுகின்ற வன்முறைகளை முழுமையாக ஊடகங்கள் வெளியிடுவதில்லை. வெகுஜன ஊடகங்களில் அதாவது ஊடகங்களின் உரிமையாளர்களாகவும், ஊடகங்களில் பணியாற்றுகின்ற பணியாளர்களாகவும் தாழ்த்தப்பட்ட மக்களின் பங்கு மிகவும் குறைவாக உள்ளது.

(இந்நூலாசிரியரால் எழுச்சி இதழில் மார்ச் - 2013-இல் எழுதப்பட்ட கட்டுரை இந்நூலில் மாற்றம் செய்யப்பட்டுள்ளது.)

✺

13. டாக்டர் அம்பேத்கரின் மறைவு

ரத்தக் கொதிப்பு நோயாலும், நீரிழிவு வியாதியாலும் தொடர்ந்து அவதிப்பட்டு வந்த டாக்டர் அம்பேத்கர் உடல் நிலை அக்டோபர் மாதத்திற்குப் பின் மேலும் மோசமடையத் தொடங்கியது. அவருடைய மனைவி டாக்டர் சாரதாவும் டெல்லியின் சிறந்த மருத்துவர்களும் அவரைத் தொடர்ந்து கவனித்து வந்தனர். 15.11.1956 -இல் நேபாளத்தின் தலைநகரான காத்மண்டு நகரில் உள்ள பௌத்தர்களின் நான்காவது மாநாடு நடந்தது. இந்த மாநாட்டில் கலந்து கொள்ளும்படி அம்பேத்கர் அழைக்கப்பட்டார். இந்த மாநாட்டை நேபாள மன்னர் மகேந்திரா துவக்கி வைத்தார். மாநாட்டின் தலைவர் பேசுகையில் அம்பேத்கர் பௌத்த மதத்தில் சேர்ந்துள்ளார்கள் என்றும் இது ஒரு பெரும் புரட்சியாகும் என்றும் கூறினார்.

மாநாட்டில் அம்பேத்கர், "புத்தரும் கார்ல் மார்க்ஸும்" என்பது பற்றி சொற்பொழிவாற்றினார். காட்மாண்டிலிருந்து திரும்பி வரும் போது அவர் காசி பல்கலைக்கழகம், காசி வித்யா பீடம் ஆகிய இடங்களில் சொற்பொழிவாற்றினார். டெல்லி திரும்பிய போது அவர் மிகவும் சோர்வடைந்தார்.

5-12-1956 மாலை அவருடைய நிலைமை மேலும் கவலைக்கிடமாயிற்று. இரவின் போது அவரைச் சந்திக்க ஜைன மதத்தைச் சேர்ந்த சில பெரியோர்கள் வந்தார்கள். அவருடைய உடல்நிலை பற்றி விசாரித்து ஒரு நிகழ்ச்சிக்கு மறுநாள் வருமாறு கேட்டு கொண்டனர். சிறிது நேரம் மெல்லிய குரலில் டாக்டர் அம்பேத்கர் பாடினார். அவருடைய வலது கை விரல்கள் தாளம் போட்டுக் கொண்டிருந்தன. பௌத்த மதத்தின் திரி சரணங்களை முணுமுணுத்தார். பின்னர் கொஞ்சம் உணவு அருந்தினார். சாப்பாடு முடிந்தபின் சில புத்தகங்களை எடுத்துக் கொண்டு படுக்கை அறை சென்று படிக்க ஆரம்பித்தார். படிக்கும் போதே கண்ணயர்ந்தார்.

6.12.1956 பொழுது விடிந்தது. அம்பேத்கரின் மனைவி படுக்கையை விட்டு எழுந்தார். தோட்டத்தில் சிறிது உலாவிய

பின் அறைக்கு வந்து தனது கணவரை எழுப்பினார். ஆனால் அண்ணல் பரிநிர்வாணம் அடைந்துவிட்டார் என்பதை அறிந்து கண்ணீர் விட்டார்.

அம்பேத்கரின் மரணச் செய்தி காட்டுத் தீ போல பரவியது. செய்தி கேட்டு பிரதமர் நேரு உடனே அவருடைய இல்லத்திற்கு விரைந்து வந்தார். அம்பேத்கரை பிரதமர் நேரு "மந்திரிசபையில் உள்ள மாணிக்கம்" என்று கூறுவதுண்டு. அந்த மாணிக்கம் மறைந்தது. மத்திய அரசாங்க மந்திரிகள், நகரப் பிரமுகர்கள், அனைவரும் அவருடைய வீட்டிற்கு வந்து இறுதி மரியாதை செலுத்தினார்கள். அம்பேத்கர் சடலம் பம்பாய்க்குக் கொண்டு போவதாக அறிவிக்கப்பட்டது. முன்னாள் மத்திய அமைச்சர் ஜகஜீவன்ராம் விமானம் ஏற்பாடு செய்தார்.

அன்று (6-12-1956) பிற்பகல் அவருடைய சடலம் விமானம் மூலம் பம்பாய்க்குக் கொண்டு வரப்பட்டது. செய்தி கேட்டவுடனே பம்பாயில் அவருடைய வீட்டில் லட்சக்கணக்கான மக்கள் கூடி விட்டார்கள். பம்பாய் நகரில் தொழிற்சாலைகள், ரெயில்வே ஒர்க்ஷாப்கள், ஆலைகள் எதிலும் வேலை நடக்கவில்லை, சினிமா கொட்டகைகள் மூடப்பட்டன. நகரசபை சிப்பந்திகளும் வேலைக்குப் போகவில்லை. 7-12-1956 பிற்பகல் 1-30க்குப் புறப் பட்ட சவ ஊர்வலத்தின் போது நகரமே ஸ்தம்பித்து நின்றது. இந்த ஊர்வலத்தில் லட்சக்கணக்கான மக்கள் கலந்து கொண்டார்கள்.

அவரது உடல் இரவு 7.30 க்கு எரியூட்டப்படும் போது தாதர் மயானத்தில் இருந்த மக்கள் தொகை மட்டும் ஐந்து லட்சம் இருக்கும். பௌத்த முறைப்படி சடலத்திற்கு எரியூட்டப்பட்டது. ஈமச் சடங்குகளை அம்பேத்கரின் புதல்வர் யஷ்வந்தராவ் செய்தார். தங்களுடைய தலைவர் ஆசையைப் பூர்த்தி செய்யும் வகையில் சுமார் ஒரு லட்சம் மக்கள் அந்த மயானத்தில் பௌத்த மதத்தைத் தழுவினார்கள்.

அண்ணல் அம்பேத்கர் தனக்கென்று மிகப்பெரிய ஊடகங்கள் இல்லாமலே தனக்கென்று மிகப்பெரிய அரசியல் கட்சி இல்லாமலே தன் பெயரை-புகழை நிலை நாட்டியவர். வட்ட மேஜை மாநாட்டில் ஒடுக்கப்பட்ட மக்களின் முன்னேற்றத்திற் காகப் பாடுபட்டவர். இந்திய அரசியல் அமைப்புச் சட்டத்தை உருவாக்கிய மாமேதை, சாதிய ரீதியில் சமூக ஏற்றத்தாழ்வு

நிறைந்த இந்தியாவில் மிகச்சிறந்த கல்வியாளராக, வழக்கறிஞராக, பொருளாதார வல்லுநராக, மிகப்பெரிய அரசியல்வாதியாக சமூக மாற்றத்திற்காக அரும் பாடுபட்டவராக திகழ்ந்தார். அண்ணல் அம்பேத்கரின் புகழ் இந்நாட்டில் சாதியமைப்பு இருக்கும் வரை தொடரும்.

வாழ்க அம்பேத்கர் புகழ்.

'இணைப்புகள்'

அம்பேத்கர் நூற்றாண்டு விழா

இந்திய சமூகத்தின் அடித்தளத்தில் துவண்டு கிடக்கும்படி ஆண்டாண்டுக் காலமாக நிர்ப்பந்திக்கப்பட்டு வந்த தாழ்த்தப் பட்ட மக்களைக் கிளர்ந்தெழச் செய்வதற்காகவும் அவர்களுக்கு சமூக நீதி கிடைப்பதற்காகவும் சமத்துவம் கிடைப்பதற்காகவுமாக போராட்டத்திற்குத் தன்னை முழுமையாக அர்ப்பணித்துக் கொண்ட டாக்டர் அம்பேத்கரின் நூற்றாண்டு விழா இந்திய நாடு முழுவதிலும் சிறப்பாகக் கொண்டாடப்பட்டது.

1990ஆம் ஆண்டில் வி.பி. சிங்கின் மத்திய அரசாங்கம் நாட்டின் மிக உயர்ந்த விருதாகிய "பாரத ரத்னா" விருதை டாக்டர் அம்பேத்கருக்கு வழங்கியது. ஏப்ரல் 12-ஆம் தேதியன்று நாடாளு மன்றத்தின் மத்திய அரங்கில் டாக்டர் அம்பேத்கரின் உருவப் படம் திறந்து வைக்கப்பட்டது. அவருடைய பிறந்த நாளான ஏப்ரல் 14-ஆம் தேதியை அரசு விடுமுறை நாளென்று மத்திய அரசாங்கம் அறிவித்தது. அதே ஆண்டில் அவருடைய நிழற் படம் பொறிக்கப்பட்ட தபால் தலை இருமுறை வெளியிடப் பட்டது. சென்னை சட்டக் கல்லூரிக்கு டாக்டர் அம்பேத்கர் சட்டக்கல்லூரி என்ற பெயர் சூட்டப்பட்டது. இந்தியாவின் அனைத்து நகரங்களிலும் அவருடைய விழாவைச் சிறப்பிக்கும் வகையில் பேரணிகள், கருத்தரங்குகள் நடத்தப்பட்டன.

I. டாக்டர் அம்பேத்கரைப் பற்றிய புகழுரைகள்

"அம்பேத்கர் உருவில் உங்கள் மீட்பரைக் கண்டறிந்துள்ளீர்கள். உங்கள் அடிமை விலங்கை அவர் உடைத்தெறிவார் என்ற நம்பிக்கை எனக்கு இருக்கிறது. அது மட்டும் அல்ல, ஒரு காலம் வரும் அப்போது அனைத்திந்திய அளவில் மதிப்பு வாய்ந்த புகழ் மிக்க தலைவர்களில் ஒருவராக இவர் திகழ்வார் என்று என் மனச்சான்று சொல்கிறது" என்று 1920 மார்ச் 21-இல் கோலாப்பூர் அரசர் சாகுமகாராஜ் அவர்கள் தீண்டப்படாதவர் மாநாட்டில் உரை நிகழ்த்தியபோது கூறினார்.

"அமைச்சர் பதவியை துறக்கும்போது வேறு எவரும் அம்பேத்கர் அளவிற்குச் சாதனைகளைத் தன் வாரிசாக விட்டுச் சென்றிருக்க மாட்டார்கள். தெளிவாக உய்த்துணரக்கூடிய அறிஞரும் பொதுநலப்பணிகளில் பேரார்வத்துடன் ஈடுபட்டுக் கடுமையாக உழைக்கக் கூடியவருமான அம்பேத்கர் அமைச்சரவையில் இருந்து விலகியதால் அமைச்சரவையின் அறிவொளி தான் மங்கியதே அன்றி வேறொன்றுமில்லை" என்று The Times of India ஏடு அதன் தலையங்கத்தில் எழுதியது.

"டாக்டர் அம்பேத்கர் என் அமைச்சரவையின் மாணிக்கம்" என்று பண்டிதர் ஜவஹர்லால் நேரு அம்பேத்கர் அவர்களை மற்றவர்களிடம் அறிமுகப்படுத்தும் போதெல்லாம் வியந்து கூறியது.

"இந்து சமூகத்தின் எல்லா வகையான ஒடுக்குமுறைகளுக்கும் எதிரான புரட்சியின் சின்னமாக டாக்டர் அம்பேத்கர் பெரிதும் நினைவில் நிற்பார். இந்து ஒடுக்குமுறைகளுக்கு எதிராக அவர் மிகக் கடுமையான முறையில் தொடுத்த தாக்குதல் மக்களின் சிந்தனையை எப்போதும் விழிப்புடன் இருக்குமாறு செய்தது. அவர் மிகுந்த விவாதத்திற்குரிய மனிதராக இருந்தபோதிலும் அரசின் செயல்பாடுகளில் ஆக்கபூர்வமான மிக முக்கியமான பங்கினை வகித்தார். ஒவ்வொருவரும் எதிர்க்க வேண்டிய அநீதிகளை அவர் விடாப்பிடியாக எதிர்த்துக்கொண்டே இருந்தார். டாக்டர் அம்பேத்கர் மிக உயர்ந்த மனிதர்களின் வரிசையில் வைத்து

எண்ணத் தக்கவராதலின் இந்த அவை இன்றைக்கு மேற்கொண்டு ஒத்தி வைக்கப்பட வேண்டும் எனக் கேட்டுக்கொள்கிறேன்" என்று டாக்டர் அம்பேத்கரின் மறைவை ஒட்டி பாராளுமன்றத்தில் அஞ்சலி செலுத்திப் பேசிய அன்றைய பிரதமர் -ஜவஹர்லால் நேரு.

"டாக்டர் அம்பேத்கரின் நூற்றாண்டு விழா ஏப்ரல் 14 ஆம் நாள்முதல் ஆண்டு இறுதி வரை பாரதம் முழுவதும் சமூக நீதி ஆண்டாகக் கொண்டாடப் பெறும்" -மத்திய அமைச்சர் ராம் விலாஸ் பஸ்வான்.

"டாக்டர் அம்பேத்கர் அவர்களுக்குச் சமமாக இந்தியாவில் யாரையும் சொல்லமுடியாது. அம்பேத்கர் தாழ்த்தப்பட்ட சமுதாயத்துக்குத் தலைவர் என்று சொல்லப்பட்டாலும் பகுத் தறிவுக்கு எடுத்துக்காட்டாக உள்ள பேரறிஞராக விளங்கினார். எப்படிப்பட்டவரும் எடுத்துச் சொல்லப் பயப்படும்படியான புரட்சிகரமான விஷயங்களை எல்லாம் வெகு சாதாரணத் தன்மையில் எடுத்துச் சொல்லும்படியான வீரராகவும் விளங் கினார். அநேக அரிய காரியங்களைச் செய்த ஒரு மாபெரும் பகுத்தறிவுவாதியும் ஆராய்ச்சி நிபுணரும் சீர்திருத்தப் புரட்சி வீரருமாவார் டாக்டர் அம்பேத்கர்" - பெரியார் ஈ.வே.ரா.

❋

II. இந்திய தலித் மக்கள் தொகையைவிட குறைவான மக்கள் தொகை கொண்ட உலக நாடுகள்

உலகில் உள்ள நாடுகளை கணக்கெடுத்தால் கிட்டத்தட்ட 250ஐ எட்டி விடும். ஆனால் உலக நாடுகளை உறுப்பினர்களாகக் கொண்ட ஐ.நா. சபையில் அங்கம் வகிக்கும் நாடுகளின் எண்ணிக்கை 191.

இதில் அதிக அளவில் மக்கள் தொகை கொண்ட முதல்நாடு சீனா. இரண்டாவது நாடு இந்தியா. மூன்றாவது நாடு அமெரிக்கா. மீதமுள்ள 188 நாடுகளின் மக்கள் தொகையும் கணக்கிட்டால் ஒவ்வொரு நாட்டின் மக்கள் தொகையும் இந்தியாவிலுள்ள தலித் மக்கள் தொகையைவிட குறைவு.

இந்தியாவில் உள்ள தலித் மக்கள் தொகை 25 கோடியே 10 லட்சம். ஆனால் ஐ.நா. சபையில் உள்ள 188 நாடுகளுக்கும் குறைவானதே. இது வரலாற்று ரீதியாகவும், பூகோள ரீதியாகவும் உணரப்பட்ட உண்மை.

வாசகர்கள் இலகுவாகப் புரிந்து கொள்வதற்காக உலக நாடு களின் பெயர்கள் அகர வரிசையில் பட்டியலிடப்பட்டுள்ளது.

1. அங்கோலா - 1,09,78,552
2. அசர்பெய்கான் - 78,68,385
3. அமெரிக்கா - 29,30,27,571
4. அயர்லாந்து - 39,69,558
5. அர்மீனியா - 29,91,360
6. அர்ஜென்டினா - 3,91,44,753
7. அல்பேனியா - 35,44,808
8. அல்கீரியா - 3,21,29,324
9. அன்டோரா - 69,865
10. ஆப்கானிஸ்தான் - 2,85,13,677

11. ஆன்டிகுவா பார்புடா - 68,320
12. ஆஸ்திரியா - 1,99,13,144
13. ஆஸ்திரேலியா -1,99,13,144
14. இத்தாலி - 5,80,57,477
15. இந்தியா - 106,50,70,607
16. இந்தோனேசியா - 23,84,52,952
17. இலங்கை - 1,99,05,165
18. இஸ்ரேல் - 61,99,008
19. ஈராக் - 2,53,74,691
20. ஈரான் - 6,90,18,924
21. ஈக்வடார் - 1,32,12,742
22. ஈக்வடோரியல் கினி -05,23,051
23. உக்ரைன் - 4,77,32,079
24. உகாண்டா - 2,64,04,543
25. உருகுவே - 33,99,237
26. உஸ்பெகிஸ்தான் - 2,64,10,416
27. எகிப்து - 7,61,17,421
28. எத்தியோப்பியா 6,78,51,281
29. எரித்ரியா 44,47,307
30. எல்சால்வடார் 65,87,541
31. எஸ்தோனியா - 13,41,664
32. ஐக்கிய அரபுக் குடியரசுகள் - 25,23,915
33. ஐவரிகோஸ்ட் - 1,73,27,724
34. ஐஸ்லாந்து - 02,93,966
35. ஓமான் - 29,03,165
36. கத்தார் - 8,40,290
37. கம்போடியா - 1,33,63,421
38. கயானா - 07,05,803
39. கனடா - 3,25,07,874
40. கஸாகஸ்தான் - 1,51,43,704

நன்றி, ஜனவரி, 2005 எழுச்சி

துணைநின்ற நூல்கள்

1. அரங்கசாமி, மெ.பெ. தீண்டாதார் தளை நீக்கிய தீரர், சொர்ணவள்ளி பிரசுரம், சென்னை் 1992

2. ஸ்ரீராம், டாக்டர் அம்பேத்கர், Leo Book Distributors, Chennai.

3. அருள் நம்பி, மாமனிதர் டாக்டர் அம்பேத்கர், செல்வி பதிப்பகம், காரைக்குடி, 1994.

4. ஆதிரையார். டாக்டர் அம்பேத்கர் சென்னை- 600 018.

5. சஞ்சய், உயர்ந்த மனிதர் டாக்டர் அம்பேத்கர், 25-4-1990.

6. டாக்டர் ப. சீனிவாசன், சமூகப்புரட்சியாளர் டாக்டர் அம்பேத்கர், மணிவாசம் பதிப்பகம், சென்னை- 1992.

7. டாக்டர் ஏ.சுவாமிநாதன், இந்திய அரசியலமைப்பு வரலாறு, அன்னை சாரதா பதிப்பகம், சென்னை, 1994.

8. தனஞ்செய் கீர், டாக்டர் ஆர். அம்பேத்கர் வாழ்க்கை வரலாறு (தமிழில் க.முகிலன்), மார்க்ஸியப் பெரியாரியப் பொதுவுடைமைக்கட்சி, சென்னை, 1992.

9. நீலகண்டன். மு, டாக்டர் அம்பேத்கரும் இந்திய அரசியல் சட்ட வரலாறும், நியூ செஞ்சுரி புக் ஹவுஸ் (பி) லிட், சென்னை் 2009.

10. Pandey, J.N., Constitutional Law of India, Central Law Agency, Allahabad, 1990.

11. Dr. Babasaheb Ambedkar Writing and Speeches, Vol. 13 Government of Maharashkea 1994.

12. Dr. Babasaheb Ambedkar Writing and Speeches, Vol. 10 Government of Maharashkea 1991.

13. Dhananjay Keer, Dr. Babasaheb Ambedkar- An Emanicipator of India

14. *செ. பாளயம், காலம் சொல்லும் வரலாறு: நமது தமிழ் பத்திரிகைகள் அம்பேத்கர், அறிவு வளர்ச்சி மன்றம், சென்னை -13.*
15. கமலநாதன், T. P. தலித்விடுதலையும் திராவிட இயக்கமும்-மறைக்கப்படும் உண்மைகளும் கரைபடிந்த அத்தியாயங்களும், எழுத்து *2009.*
16. Raja Kamble, Dr. Ambedkar as Journalist, www. ambedkar.org
17. Ratna Mala, www.roundtableindia.com.
18. தனகுமார், ஆ. கா. தன்னிகரில்லா தேசிய தலைவர் டாக்டர் பீமாராவ் அம்பேத்கர், சென்னை, *2012.*

❋

நூலாசிரியரைப் பற்றி

முனைவர் எம். தங்கராஜ் சென்னைப் பல்கலைக்கழகத்தில் பொருளியல் துறைப் பேராசிரியராக நான்கு ஆண்டுகளும் பொருளியல் துறையில் பேராசிரியர் மற்றும் துறைத் தலைவராக கடந்த இரண்டு ஆண்டுகளாக ஜுன் 2014 வரை பணியாற்றினார். இதற்கு முன் சென்னைப் பல்கலைக்கழகத்தில் இவர் டாக்டர் அம்பேத்கர் பொருளியல் ஆய்வு மையத்தில் பேராசிரியர் மற்றும் துறைத் தலைவராக நான்கு ஆண்டுகள் பணியாற்றியுள்ளார். சென்னை வளர்ச்சி ஆராய்ச்சி நிறுவனத்தில் உதவிப் பேராசிரியர் மற்றும் இணைப் பேராசிரியர் ஆகவும் பதினைந்து ஆண்டுகள் பணியாற்றியுள்ளார். தற்போது சென்னைப் பல்கலைக்கழகத்தில் ஜுன் 30.6.2014ஆம் நாள் ஓய்வு பெற்றபின் ICSSR- Mahatma Gandhi National Fellow- வாக பணியாற்றி வந்தார்.

இவர் தலித் சமூக மேம்பாடு, நிலப்பகிர்வில் ஏழைகளுக்கான பங்கு, நிலத்துக்கும் சாதிக்கும் இடையிலான உறவுகள், விவசாயத் தொழிலாளர்களின் சமூகப் பொருளாதாரப் பிரச்சினைகள், பௌத்தமத வளர்ச்சி போன்றவைகளைத் தொடர்ந்து எழுதி வருகிறார். தலித் மக்கள் மீதான வன்கொடுமைகளை எதிர்த்தும் அவர்களுக்குத் தேவையான சட்டப் பாதுகாப்பு, கல்வி, பொருளாதார தேவைகள் குறித்தும் அக்கறை உள்ளவர். அம்பேத்கரின் சிந்தனைகளையும், தலித் மக்கள் முன்னேற்றத்திற்கான அரசின் செயல் திட்டங்களையும் ஆய்வு செய்பவர். சென்னைப் பல்கலைக் கழகத்தில் டாக்டர் அம்பேத்கர் வாசகர் வட்டத்தை ஏற்படுத்தி அதை ஒவ்வொரு மாதமும் டாக்டர் அம்பேத்கர் பொருளியல் ஆய்வு மையத்தில் தொடர்ந்து நடத்தி வந்தார். அண்மையில் கையால் மலம் அள்ளும் (Manual Scavengers) தொழிலாளர்களுக்கான இரண்டு ஆய்வு பயிலரங்கங்களை சென்னைப் பல்கலைக்கழகத்தில் 28-02-2007 மற்றும் 12-06-2014 நடத்தியதன் மூலம் இந்திய அளவில் முதன் முறையாக இந்தப் பயிலரங்கங்களை நடத்திய பெருமைக்குரியவர். தமிழ் நாட்டில் தலித்திய ஆய்வுகளுக்கு

முன்னோடியாக விளங்குகிறார். இவர் தஞ்சை மாவட்டத்தில் உள்ள ஒரு சாமானிய குடும்பத்தில் திருவாய்ப்பாடி என்ற கிராமத்தில் பிறந்தவர். இவரது தாய்- தந்தையர் இருவரும் கல்வியறிவற்ற வர்கள். இவர் ஆரம்ப கல்வியை தன் சொந்த கிராமத்தில் தொடங்கி முனைவர் பட்டத்தை பெங்களூரில் உள்ள Institute for Social and Economic changeல் முடித்தார்.

✶✶✶